இரட்டைமலை சீனிவாசனின் ஜீவிய சரித்திர சுருக்கம்

டாக்டர். நிர்மலா

இரட்டைமலை சீனிவாசனார், கொள்ளுப்பேத்தி.

ISBN
Paperback 979-8-89777-305-3
Hardcase 979-8-89961-615-0

திவான் பஹதூர் இரட்டைமலை ஸ்ரீனிவாசன்

திவான் பஹதூர்

இரட்டைமலை ஸ்ரீனிவாசன்

அவர்கள்

ஜீவிய சரித்திர சுருக்கம்.

———

ஆதி திராவிடர்கள்

அபிவிருத்தியை நாடி

அரசாங்கத்தார் அனுசாரணையைக்கொண்டு

ஐம்பது வருடங்களாய் உழைத்த

ஜீவிய சரித்திரத்தை

வெகு சுருக்கமாக குறிக்கப்பட்டிருக்கிறது.

முகவுரை

அநேக ஆயிரம் வருஷங்களில் மிக சொற்பமான ஐம்பது வருஷ காலத்தில் தற்போது ஆதி திராவிடர்களென்றழைக்கப்படும் சமூகத்தவர்களடைந்த அபிவிருத்தியை என் ஜீவிய சரித்திரத்தில் கண்டிருக்கின்றேன். ஆதி திராவிட சமூக சரித்திரத்தில் இந்த சரித்திரமும் சேர்க்கப்படுமென்பது என் நோக்கம்.

இதர சமூகத்தவர்களும், சமயத்தவர்களும், இச்சமூகத்தவர், முன்னேற்றத்தை நாடி செய்து வந்திருப்பது தன்னயத்தேட்டம் என்றும், இச்சமூகத்தவர்கள் தங்கள் இடைவிடா முயற்சியால் விருத்தி பெற்று வருகிறார்கள் என்றும் இச்சரித்திரத்தால் விளங்கும்.

ராவ் சாஹிப்

இரட்டைமலை ஸ்ரீனிவாசன்

தன் சமூகத்தினருக்கு ஒரு ஞானியாகவும்,

வழிக்காட்டியாகவும், சிநேகிதனைகவுமிருந்து,

அவர்களுடைய நன்மதிப்பைப் பெற்றார்.—

சேங்கல்பட்டு கலெக்டர்.

அரசாங்கத்தார் அபிப்பிராயம்.

—:❖:—

"1926ஆம் பிப்ரவரிமீ 20-உ சனிக்கிழமையன்று சைதாப்பேட்டையில் கூடிய தர்பாரின்போது ம-ரா-ரா-ஸ்ரீ இராட்டைமல ஸ்ரீனிவாசன் அவர்களுக்கு மேன்மை பொருந்திய (H. E.) இராஜபிரதிநிதியாகிய இந்தியாவின் கவர்னர் ஜெனரல் அவர்கள் ராவ்சாஹிப் பட்டமும் அதற்கு அறிகுரியாகிய ஓர் சின்னமும் கொடுத்ததை முன்னிட்டு செங்கல்பட்டு கலெக்டர் கனம் P. சிதாராமையா பந்துலுகாரு M.A., கீழ்கண்டவாறு சொற்பொழி வாற்றினர்:—

"அடுத்தபடியாக கௌரவத்தை எற்கும் பாக்கியம் பெற்றவர் தற்சமயம் பூர்தமல்லியில் வசிக்கும் ம-ரா-ரா-ஸ்ரீ இராட்டைமல ஸ்ரீனிவாசன் அவர்களாவர். இப்பொழுது இவர் 65 வயதான வயோதிசப் பருவமடைந்த பெரியார். ஆதி திராவிடர்களுக்காக பாடுபடும் வீரர். இவர் கோயம்புத்தூர் கலாசாலையில் கல்வி பயிற்சிபெற்று கணக்கு நிர்வாகத்தில் பிரத்தியேக திறமையடைந்தார். தான் பிறந்த குலத்திற்கு தன்னூல் கூடியவாறு ஊழியம் செய்வதே இவருடைய முக்கிய கொள்கை. 1891ஆம் இவர் பொது ஊழியத்தில் ஈடுபட்டு சென்னே (பறையர் மகாஜன சபை) ஆதி திராவிட மகாஜன சபையை நிர் ணயித்தார். 1893ஆம்த்தில் "பறையன்" என்னும் வெருக்கத்தக்க பெயரின் காரணமாக பல தலேமுறைகளாக அநேக கஷ்டங்களுக்குள்ளாக்கப்பட்டு வரும் தன் ஜாதியினரை முன்னேற்றமடைவிக்கக் கருதி 'பறையன்' என்னும் ஒரு பத்திரிகையை பிரசுரிக்க ஆரம்பித்தார். 1893ஆம் டிசெம்பர்மீ 23-உ. யன்று தன்னுடைய மக்கள் உணர்ச்சிபெற்று எழும்புமாறு ராயப்பேட்டை வெஸ்லியன் மிஷன் மண்டபத்தில் ஒரு பெரிய கூட்டம் கூட்டினர். 1895ஆம் அக்டோபர் மீ 23-உ டவுன் ஆலில் என்றும் இதுவரையில் இவர்களால் நடத்தப்படாத ஒரு பெரிய கூட்டம் கூடினது. முப்பத்திரண்டு வருடங்களுக்குமுன்பே Mr. ஸ்ரீனிவாசன் (தங்கள் உரிமைகளே உணர்ந்து வாதாடி வாங்க சக்தி இல்லா) மௌனிகளாயிருந்த ஆதி திராவிடர்களுக்கு முதன்முதலாக (தங்கள் உரிமைகளே உணர்ந்து அவற்றை வெளியிடும்) உணர்ச்சியை அளித்தார். சிதறுற்று இருந்த இந்த வகுப்பினர் ஒன்று சேர்க்கப்பட்டு மற்ற ஜாதியினரைப்போல் இந்திய தேசத்தில் ஒரு தனிப் பட்ட வகுப்பினரென்ற பொருப்பையடைந்தார்கள். 1895ஆம் டிசெம்பர் மீ 6-உ என்றும் மறவாத ஒரு விசேஷதினம். இவர் அப்பொழுது இருந்த வைசிராயும் இந்தியாவின் கவர்னர்ஜெனரலுமான மேன்மைபொருந்திய (H. E.) எல்ஜின் பிரபுவின்முன் ஆதி திராவிடர்களின் பிரதிநிதிக்கூட்டம் ஒன்றைக் கொண்டுபோனர். 1896ஆம்த்தில் ஆதி திராவிடர்களின் சார்பாக சென்னே கவர்னராக இருந்த மேன்மை பொருந்திய (H. E.) வேன்லாக் பிரபு இங்கிலாந்திற்குப் பிரிந்து போகும்பொழுது அவருக்கு பிரியாணுபசாரப்த் திரிகை ஒன்றை வாசித்துக் கொடுத்தார். 1900ஆம்த்தில் Mr. ஸ்ரீனிவாசன் இங்கிலாந்திற்குப் போகும்வரையில் 'பறையன்' என்னும் பத்திரிகை கடந்து

வந்தது. பிறகு அவர் தென் ஆப்பிரிக்காவிற்குப்போய் யூனியன் கவர்ண மென்டில் 1904-ஆம் வருடம் வேலையிலமர்ந்தார். பதினெறு வருடம் விசுவா சத்துடன் வேலே செய்த பிறகு இரண்டு வருடம் கிழக்கு ஆப்பிரிக்காவி லிருந்துவிட்டு இவர் வேலேயினின்றும் நீங்கினர். 1921 ல் தனது இந்திய நாட்டிற்குத் திரும்பினர். தென் ஆப்பிரிக்காவிலிருந்த காலத்தில் இவர் இராஜிய விஷயங்களில் தலையிடாமலே இருந்தார். தன்னுடைய ஜனங்கள் தன்னம்பிக்கை, மதுபானமின்மை, மட்டான செலவு முதலிய நற்குணங்களை விருத்திசெய்யும்வரையில் முன்னேற்றம் அடையமாட்டார்கள் என்பது இவருடைய நம்பிக்கை. ஆதி திராவிடர்கள் இராஜ விசுவாசத்துடன் இல்லா விட்டால் தங்களே ஆளும் அதிகாரிகளின் அநுதாபத்தை இழந்துவிடுவார்கள் என்பதை இவர் ஆராய்ந்துணர்ந்தார். இவர் தென் ஆப்பிரிக்காவிலும் தென் னிந்தியாவிலும் வசிக்கும் தன் சமூகத்தினருக்கு ஒரு ஞானியாகவும், வழிக் காட்டியாகவும், சிநேகிதனுகவும்நின்று அவர்களுடையநன்மதிப்பை பெற்றுர். தன் தாய்தேசத்திற்கு திரும்பிய இரண்டு வருடங்களுக்குப் பிறகு சென்னே சட்டசபை அங்கத்தினராக நியமிக்கப்பட்டு அன்றுமுதல் இன்றுவரையில் அச்சட்டசபையில் ஆதி திராவிடர்களின் நன்மைக்காக கண்ணும் கருத்து மாய் உழைத்துவருகிறர். தான் பிறந்த குலத்தின் முன்னேற்றத்திற் காக சுமார் 35 வருட காலங்களாக இவர் தளரா ஊக்கத்துடனும் உற் சாகத்துடனும் உழைத்து வயோதிகப் பருவமும் அடைந்தார். இம்மாதிரி யான அமரிக்கையும் வெளிப்பிரஸ்தாபமுமற்ற ஊழியத்தின் பலனுக இவர் தன் வருப்பினரின் நன்கோக்கத்தையும் மரியாதையையும் பெற்று இருக்கி றுர். வருப்புவாத கிளர்ச்சிகளில் ஈடுபடாத நற்குணத்தினுல் இவரை மற்ற வகுப்பிலிருக்கும் பொதுநல ஊழியர்களும் கௌரவிக்கின்றனர். நம்முடைய இராஜதானியில்பேதைகளாய் இடுக்கண்களுக்குள்ளாகிக்கிடக்கும் ஆயிரக்கணக் கான மக்களினிடையே முதன்முதலாக தோன்றி உழைத்துவந்த இவருடைய உபகாரத்திற்காக அரசாங்கத்தார் இவருக்கு ராவ்சாஹிப் என்னும் பட்டத்தை மகிழ்ச்சியுடன் அளிக்கிறர்கள். இவர் என்றும் பொதுமக்களிடையே உழைத்துவரவேண்டுமென்று விரும்பி என்னுடைய நற்கோரிக்கைளே கொடுப்பதோடு மேன்மைபொருந்திய இராஜபிரதிநிதியாகிய இந்தியாவின் கவர்னர்ஜெனரல் அவர்களால் அளிக்கப்பட்ட ராவ்சாஹிப் பட்டத்தையும் அதற்கான ஒரு சின்னத்தையும் மனப்பூர்வமாய் பரிசளிக்கிறேன்.''

ஜீவிய சரித்திர சுருக்கம்.

என் முன்னோர் சாம்பவ சந்ததியார் என்றும், ஈஸ்ட் இந்தியா கம்பெனி காலத்தில் தஞ்சாவூரிலிருந்து வியாபார சார்பாக சென்னபட்டணம் வந்த தாக என் பெரியோர்கள் சொல்லுவார்கள்.

நான் செங்கல்பட்டு கிராமங்களிலொன்றில் 1860-ம் ஹ்ஸு பிறந்தேன். கோயம்புத்தூர் கலாசாலையில் நான் வாசித்தபோது சுமார் 400 பிள்ளைகளில் 10 பேர் தவிர மற்றவர்கள் பிராமணர். ஜாதி கோட்பாடுகள் மிக கடினமாய் கவனிக்கப்பட்டன. பிள்ளைகளிடம் சிநேகித்தால் ஜாதி, குடும்பம், இருப்பிட மூதலானவைகளே தெரிந்துகொண்டால் அவர்கள் தாழ்வாக என்னே நடத்து வார்கள் என்று பயந்து பள்ளிக்கு வெளியே எங்கேனும் வாசித்துக்கொண் டிருந்து பள்ளி ஆரம்ப மணி அடித்தபிறகு வகுப்புக்குள் போவேன். வகுப்பு கலேயும்போது என்னே மாணுக்கர்கள் எட்டாதபடி வீட்டுக்கு கடுகன நடந்து சேருவேன். பிள்ளேகளோடு கூடி விளேயாடக்கூடாமையான கொடுமையை நினைத்து மனங்கலங்கி எண்ணி எண்ணி இந்த இடுக்கத்தை எப்படி மேற் கொள்ளுவதென்று யோசிப்பேன். கணக்கர் தொழிலில் தேர்ந்து நீலகிரி என்னும் மலைநாட்டில் ஐரோப்பிய வியாபாரசாலேகளில் கணக்கராக இருந்த பத்து வருடகாலமட்டும் தீண்டாமை என்பதை எப்படி ஒழிப்பதென்னும் கவலே எனக்குள் ஓயாமலிருந்தது.

1890-ம் ஹ்ஸு சென்னேக்கு வந்து ''பறையர்'' என்போரை இதர ஜாதி யாரைப்போல் மேல் நிலேக்குக் கொண்டுவந்து மதிக்கும்படி செய்வதெப்படி என்று மூன்று வருடமாய் பல ஆராய்ச்சிகள் செய்தேன். தெற்கு நோக்கி ரெயில் மார்க்கமாகவும் பெரும்பாலும் நடந்தும் கும்பகோணத்தில் பாழாக்கப் பட்ட நந்தன் கோட்டை மதில், தோல்காசு நந்தன், கலம்பகம் பாடிய நந்தன், கம்மாளர் கட்டியிருந்த காந்தகோட்டையானது சாம்பவ ராஜகுமாரியால் அழிக் கப்பட்டது, திருநாளேப்போவார் என்னும் நந்தனூர் நின்று துதித்த ஓமகுளக் கரை, அதையடுத்த மடம், திருசிராபள்ளி சாம்பவ சாம்பான், தஞ்சாவூர் பிரவி யடை சாம்பான் பெரியநாயகி, மாரியம்மை, திருவாரூர் தியாக சாம்பான் முத லான வர்களேத் தகனம்செய்த இடங்களில் கட்டியிருக்கும் திருபணிகள், யானே யேரும் பெரும்பறையன் சமாதி, அவர் சந்ததியாருக்குத் திருவாலூர் தியாக சாம்பான் ஆலயத்திலுள்ள உரிமைகள், அவர்கள் வளவில் ஒரு இரவு தங்கி விசாரித்துக்கொண்டு பல தேவாலயங்களே அடுத்து ஆங்காங்குள்ள இவ்வினத் தவர்களேக் கண்டும் குளிக்கவும் குடிக்கவும் நீரற்று, வசிக்கும் குடிசை நிலேயற்று, நடக்க பாதையற்று, பிழைக்க வழிவகையற்று, எங்கு சென்றலும் தீண்டாமை என்னும் கொடுமைக்காளாகி வாய்திறந்து பேசினுல் அடி படுவதுமான குறை கோள்களேக் கேட்க்கும் அதிகாரிகளும் ஜாதி இந்துக்களுக்கு அஞ்சி வஞ்சகமாய் நடப்பதுமான ஆற்றலு துன்பத்தினின்று அவர்கள் படும் துயரத்தை யுணர்ந்து பூர்வ சரித்திரத்தையும் விசாரித்தறிந்து திரும்பினேன்.

சர்க்கார் ரிக்கார்டுகளே பரிசோதித்து பார்த்தபோது 1772-ம் வருஷத மூதல் இவ்வினத்தவர்பொருட்டாய் அவர்கள் கவலே எடுத்துவந்ததாக காணப் பட்டது. 1818-ம் வருஷம் இவ்வின குடியானவர்கள் முன்னேற்றமடைய

வழிவகைகளோடத் தெரிவிக்கும்படி கலெக்டர்களே ரெவின்யுபோர்டார் கேட் டிருந்தார்கள். அது எப்படியாயிற்றென்று தெரியவில்லே. 1893-ம் வருஷ கல்வி கற்பித்துகொடுக்க தலேப்பட்டார்கள். 120 வருஷம் தாண்டுவாராற்று இருந் தார்கள். 1893-ம் வருஷ சர்க்கார் வெளியிட்ட உத்தரவை ஒரு சிலாசாசன மாய் இவ்வினத்தார்கள் எண்ணிலும் பலிதபடாமல் போய்விட்டது. அதற் கடுத்தபடியாகத்தான் 1893-ம் வருஷ "பறையன்" என்ற பத்திரிகையை தாண்டுகோலாக வெளியிட்டேன்.

இந்த ராஜதானியில் பேதைகளாய் இடுக்கண்களுக்குள்ளாகிக் கிடக்கும் கோடிகணக்கான மக்கள் மத்தியிலே முதன்முதலாக தோன்றி உழைத்து வந்த என் உபகாரத்திற்காக அரசாங்கத்தார் எனக்கு ராஸ்ஸாஹிப் என்னும் பட்டம், 1926-ம் வருஷ ஜனவரிமாதம் 1-ந்தேதியிலும், ராவ்பஹறாதூர் பட்டம், 1930-ம் வருஷ ஜூன் மாதம் மூன்றும் தேதியிலும், திவான்பஹறாதூர் என்னும் பட்டம் 1936-ம் வருஷ ஜனவரிமாதம் 1-ந்தேதியிலும் மகிழ்ச்சியுடன் அளிக் கிருக்கின்ருர்கள்.

பத்திரிகை 1893-ம் வருஷம்

நான் ! நான் !! என்ற மகா மந்திரத்தை ஜெபித்துகொண்டிருப்பவன் தன்னேயுணர்ந்து சகலமுமறியும் ஞானியாகி தலேவனே காண்பதுபோல நான் ! நான் !! என்று எவன் ஒருவன் தன்னேயும் தன் இனத்தையும் மறுக்காமல் அச்சமும், நாணமுமில்லாமல் உண்மை பேசி தன் சுதந்தரத்தை பாராட்டு கிருனே அவன் மதிக்கப்பெற்று இல்வாழ்க்கையில் சம்பத்துள்ளவனுய் நித்திய சமாதானத்துடன் வாழ்வாளுகையால் பறையர் இனத்தவனொருவன் "பறையன்" என்பவன் நான்தான் " என்று முன் வந்தாலொழிய அவன் சுதந்திரம் பாராட்ட முடியாமல் தாழ்த்தப்பட்டு என்றும் தரித்திரனுய் இருப் பானுகையால் "பறையன்" என்னும் மகுடம் சூட்டி ஒரு பத்திரிகை பிர சுரித்தேன். அது 1893 வருஷ அக்டோபர் மூ வெளியாயிற்று. நாலு பக்கங்க ளுள்ள ஒரு சிறிய மாதாந்தர பத்திரிகை, விலே பிரதி ஒன்றுக்கு அணை இரண்டு. அதை கண்ட பறையர் என்ற என் குலத்தவர்கள் வெகு ஆவலுடன் அங்கீ கரித்தார்கள். விளம்பரத்திற்கும் முதல் சஞ்சிகை பதிப்புக்கும் ரூ. பத்து செலவானது. இரண்டு நாளேயில் சுமார் நானூரு பிரதிகள் சென்ன நகருக் குள் விற்கப்பட்டன. மூன்று மாதத்திற்கு பிறகு வாராந்தர பத்திரிகையாக வும் இரண்டு வருஷத்திற்குபிறகு ஒரு அச்சயந்திரசாலேயுமேற்பட்டுவிட்டது. பறையர் என்ற ஜன அங்கத்தவர்களுக்காக பரிந்துபேசுவதும், இதர ஜாதியார் செய்யும் கொடுமைகளே வெளிப்பட எடுத்துகாட்டுவதும், கவர்ண்மென்டார் அனுக்கிரகத்தை நாடியும், நல்லொழுக்க ஆசாரங்களேப்பற்றியும் பத்திரிகை பிரஸ்தாபித்து வந்தது. இந்த ஜனஙகத்தவர்கள் எங்கங்கே கூடுகிருர்களோ அங்கங்கே உற்சாகமாய் பேசி வந்தார்கள். தாங்களும் ஒரு சமூகத்தவர்கள் என்று நிரூபிக்க 1895-ம் வருஷ அக்டோபர் மூ 7-உ மாலே வெள்ளே கொடி பிடித்து பாண்டு வாத்தியங்களுடன் பெருங்கூட்டமாய் சென்ன விக்டோ ரியா மகா மண்டபத்திற்குள் பிரவேசித்து தங்கள் அருமை பெருமைகளே பிரஸ்தாபித்து வெகு விமரிசையாக கூட்டத்தை நடத்திருர்கள். இந்த இனத்தவர்கள் முதன்முதலாய் விக்டோரியா மண்டபத்தில் கூடியது அப் பொழுதுதான். கிராமமுனிசிப்புகள்முதல் கலெக்டர் கச்சேரிகளிலும் ரெவி னியூபோர்டிலும் மற்றுமுள்ள இலாக்காகளிலுமுள்ள ஜாதி இந்துக்கள் பல

சூட்சமங்கள் செய்துவந்தார்கள். காங்கிரஸ்காரர்களும் ஜாதி இந்துக்களும், மதமாற்றும் பிரசாரிகளும் இந்த ஐனுங்கத்தவர்களுக்குள்ளேயே ஒரு பிரிவாரும் எதிர்த்து நின்றார்கள். எதிர் பத்திரிகையும் வெளியிட்டார்கள். மற்றும் சில பத்திரிகைகள் பலமாய் தாக்கின, இந்த இனத்தவரிலொருவர் பொய் பிராது செய்து என் தேசத்தைவிட்டு ஓடிப்போக யிருப்பதாக வாரண்டில் என்னை பிடித்து அவமானப்படுத்த பார்த்தார். அது பலிதமாகவில்லை. 1896இல் "பறையன்" பத்திரிகை கடிதக்காரர் ஒருவர் ஏதோ அவதூரான விஷயம் எழுதியதை பத்திரிகையில் வெளிப்படுத்தினதின் காரணமாகக்கொண்டு இவ்வினத்தவரின் ஒரு பிரிவார் என்னை கோர்ட்டுக்கும் இழுத்தார்கள். கோர்ட்டுக்கு இந்த இனத்தவர் பெருங்கூட்டமாய் வந்தார்கள். அவர்கள் தலைச்சீராக்களிலும் டார்ப்களிலும் "பறையன்" என்ற மகுடத்தை பூண்டு பண முடிப்புகளுடன் கோர்ட்டுக்கு வந்தார்கள். நூரு ரூபாய் அபராதம் விதிக்கப்பட்டது. அதை யார் கொடுத்தார்கள் என்று தெரியவில்லை. தங்களினத்தில் வைத்திருந்த பற்றுதலையும் அன்பையும் வெளிப்படையாக காட்டினார்கள். இதனுல் இந்த இனத்தவர் வாய் திறக்கப்பட்டதற்கும் முன்னேறி வந்ததற்கும் சபைகளும் சமூகமு மேற்றப்பட்டதற்கும் "பறையன்" என்ற பத்திரிகையே மூலகாரணமென விளங்கும்.

இந்த இனத்தவர்கள் அபிவிருத்தியை நாடி நான் லண்டன் நகருக்கு பிரயாணமானபோது பத்திரிகையை நடத்ததக்கவர் இடையாமல்போனதால் பத்திரிகை பிரசுரம் நிருத்தப்பட்டது. பத்திரிகை எழு வருடம் தொடர்ந்து நடைபெற்று வந்தது. இந்த இயக்கம் இந்தியா முழுமையும் பரவியதால் பல கோடிமக்களும் அபிவிருத்தியடைந்து வருகிறார்கள்.

லண்டன் நகருக்குப்போய் தாழ்த்தப்பட்டார் இடுக்கண்களை எடுத்துக் காட்டி பிரிட்டிஷாரின் அனுதாபத்தை நாடி வரவேண்டுமென பம்பாயைச சேர்ந்தபோது என் தகப்பனரும் தலைமையனரும் எனக்கு தந்தியனுப்பி திரும்பி வரும்படி கேட்டார்கள். சுடுகாடுபோன பிணம் திரும்பாதென்ற தீர்மானத்தோடு மேற்கு திசையை நோக்கி போகும் கப்பல்களில் முதல் கிடைத்த கப்பலில் பிரயாணமாகி கீழ் ஆபிரிக்கா ஜான்ஸிபார் என்னும் தீவு சேர்ந்தேன். அங்கே இரண்டு வருடமிருந்து பணம் சேகரித்துக்கொண்டு தென் ஆபிரிக்கா மார்க்கமாக போனேன். டலகோபே என்னும் துறைமுகத்திலிறங்கி பாஸ் போர்ட்டுக்காக காத்திருந்த ஒரு வாரத்திற்குள் குளிர் ஜூரம் (மலேரியா) கண்டது. கப்பலில் கடல் காற்றில் ஆறு மாதமிருக்கவேண்டும் அல்லது அதிக் குளிரான மலேதேசத்தை சேரவேண்டும். இந்தியா திரும்பினுல் மரணம் என்றார்கள் டாக்டர்கள். நலிப்பட்டிருக்கையில் என் இனத்தவரான ஓர் வண்ணுனும் அவர் நல்மனைவியும் எனக்குவேண்டிய சிகிச்சைசெய்து உபசரித்தார்கள். அங்கிருந்த ஓர் கனதனவானும் என்னை கூட்டிப்போய் உபசரித்தார். அதை விட்டு நெட்டால் மாகாணத்தைச் சேர்ந்த டர்பன் என்னும் துறைமுகத்தை யடைந்தேன். அங்கேயும் அந்தோனி எச். பீட்டர் என்பவர் என்னை உபசரித்து மிக குளிரான பல பிராந்தங்களான இடத்திற்கு அனுப்பி சர்க்கார் உத்தியோகத்திலிருக்க உதவினர். இவர்கள் மூவருடைய நன்றியை மறக்க என்னுல் முடியயவில்லை. நெட்டாலில் வருளபென்னும் நகரில் முருகன் என்பவர் ஒரு பெரிய பயிர்க்குடியானவராகவும் தனவந்தராகவுமிருந்தார். பிராமணர் யோக்கியம் என்னிடத்தில்தான் அவர் கண்டதாக என்னை

வற்புறுத்தி கோதானம் பெறச்செய்து என் ஆசிர்வாதம் கோரினர். ஏழை மக்களுக்கு நான் செய்த நன்றி தெக்கு தன் தலையால் நீர் தருவதுபோலாயிற்று. அந்த தேசத்தில் என் எலிதிர பல வருஷங்களாயின. குடும்ப பாதுகாப்புக்காக நான் என் தாய் தேசம் திரும்பினேன். திரும்பியபோது என் மக்களைக் கண்டு மகிழ்ந்தாலும் என் இனத்தவர் நிர்பாக்கிய நிலையைக்காண என் டிணந்தாளாததாகுமே. சுடுகாடுபோய் திரும்பிய பிணத்திற்குயிருண்டாகி லண்டன் நகரையடுத்து என் நோக்கத்தை கடவுள் நிறைவேற்றுவாரோ வென்றெண்ணினேன். சென்ணை சேர்ந்தபோது சட்ட சபைக்கு ஒரு அங்கத்தவராக சர்க்கார் நியமித்த சில வருடங்களுக்குள் வட்டமேஜை மகா நாட்டுக்கு தாழ்த்தப்பட்டார்பால் ஒரு பிரதிநிதியாக லண்டன் நகருக்கு என்ணை கவர்ண்மென்டார் அனுப்பினர்கள். அங்கே இரண்டு முறைச்சென்று சென்ணை மாகாணத்தில் மாத்திரமல்லாமல் இந்தியா தேச முழுமையுமுள்ள தாழ்த்தப்பட்டாருக்கு வேண்டிய தேசசுதந்தரமும் மற்று மூரிமைகளையும் அடையச்செய்தேன். இருபது வருஷங்களாய் லண்டன்போக நான் கொண் டிருந்த நோக்கம் நிறைவேறியது என் இனத்தவர்கள் பெற்ற பாக்கியமாகும்.

சமூகம்.

ஆரியர்கள் நமது தேசத்தில் குடியேறிவந்து ஜாதி கோட்பாடுகள் உண் டாக்கியபோது இப்போது பறையர், பஞ்சமர், ஆதி திராவிடர்களென்னும் திராவிடர்கள் இசையாமல் பல துன்பங்களுக்குட்படுடுகொண்டு தனியே சேரி என்னும் தங்கள் கிராமங்களையுண்டாக்கி கோயில், குளம், குரு, கிராம தலைவர் (நாட்டாண்மைக்காரர்) பஞ்சாயத்தார், வண்ணுன், அம்பட்டன், சுடு காடு, இடுகாடு, விதவாவிவாகம், விவாக சம்மந்த விலக்கு முதலியவையுடன் கிராமங்களில் தனி சமூகமாய் வாழ்ந்து வந்திருக்கிறார்கள். தேசாயி செட்டி என்போர் இவர்களுக்குள்ளுண்டாகும் வழக்கை தீர்ப்பதாக பணம் பறித்து போகும் வழங்கம் ஒழிந்துவருகிறது. நான் கண்டித்து வந்திருக்கிறேன். இவர் கள் வெளிப்படையாய் வந்து தங்கள் சுதந்தரங்களை பாராட்டாமல் ஆரியர் ஜாதி கோட்பாட்டுக்குள்ளானவர்கள், இவர்களை யடக்கிவைத்து வந்தார்கள். இவர்கள் தங்கள் உரிமைகளை கேட்டு அனுபவிக்கும்படி பெரியதோர் சமூக மாக சேர்க்க முயன்றேன். பத்திரிகையில் வெளியான விஷயங்களை யுணர்ந்த இவ்வினத்தவர் தேசமெங்கும் கூட்டங்கள் கூடி தங்களுக்கிருக்கும் இடுக்கண் களைப்பற்றியும் தக்கள் அபிவிருத்தியைப்பற்றியும் பேசி வந்தார்கள். சென்ணை யில் "பறையர்" மகா ஜனசபை என்ற தலைமை சபையொன்று ஸ்தாபிக்கப்பட் டது. அதற்கு நானே காரியதரிசியாகவிருந்து நடத்தி வந்தேன். 1895-ம்வருஷத் தில் ஓர் சம்பவம்நேரிட்டது. அதாவது லண்டன் நகரில் சிவில்சர்வீஸ் பரிக்ஷை நடந்துகொண்டிருந்தது. அந்த பரிக்ஷையில் தேருகிறவர்கள் ஆங்கிலேயரே. அவர்கள்தான் கலெக்டர்களாகவும் ஜட்ஜிகளாகவும் இன்னும் தேசபரிபால னத்தில் உத்திரவாதமான உயர்ந்த பதவிகளினின்று தேசபரிபாலனஞ்செய்து கொண்டுவந்தார்கள். அந்த பரிக்ஷை இந்தியாவிலும் நடைபெறவேண்டு மென பிரிட்டிஷ் பார்லிமென்டில் காங்ரஸ்காரர்கள் ஓர் மசோதா சமர்பித் தார்கள். அந்த பரிக்ஷையானது இந்தியாவில் நடந்தால் ஜாதி இந்துக்கள் உயர்தர உத்தியோகங்களை வகித்து ஏழை ஜாதியாரானவர்களை திண்டாதார் என்று இம்சிப்பார்களென பறையர் மகா ஜன சபையார் சென்ணை வெளியிடன்

தீவான் பஹதூர் இரட்டைமலை ஸ்ரீனிவாசன்

மிஷன் காலேஜ் ஆலில் 1893-ம் வரு டிசம்பர் மீ 23-ந் தேதி ஒரு பெருங் கூட்டம் கூடி அந்த மசோதாவை எதிர் மறுத்து 112 அடி நீளமுள்ள ஒரு மனுவில் 3412 கையொப்பங்கள் சேகரித்து ஜெனரல் சர் ஜார்ஜ் செஸ்னி (Genl. Sir Geo. Chesney) என்னும் பார்லிமென்ட மெம்பலரக்கொண்டு சமர்பித்தார்கள். அதைக்கண்ட காங்ரஸ்காரர் தங்கள் மனுவை பின்னிழுத் துக்கொண்டார்கள். அதின்பின் கீழ்தர உத்தியோகங்களிலிருந்து மேல்தர உத்தியோகத்தை வகிக்க யோக்கியதையுள்ளவர்களே நியமிக்கலாமென இந்திய செக்ரடரியார் உத்தரவளித்தார். எதிர் மறுப்பு மனு அனுபந்தம் 1-ல் காண்க.

கிராமங்களில் இவ்வின குடியானவர்கள் நிலைமைய திட்டமாய் குறித்ததோடு சென்ன நகரத்திலுங்கூட மயிலாப்பூரில் ஜ்கோர்ட்டு ஜட்ஜி யாகவிருந்த ஓர் இந்தியர் வசிக்கும் வீட்டுக்குச் சமீபமாயுள்ள பிராமணர் தெருவில் "பறையர் உள்ளே வரக்கூடாது" என்ற விளம்பர பலகை யொன்று இருப்பதாகவும், ஜாதி இந்துக்கள் ஸ்தாபித்திருக்கும் "பச்சை யப்பன்" கலாசாலையில் இவ்வினத்து பிள்ளைகளே சேர்ப்பதில்லை என்றும் மனுவில் கண்டிருந்தது. அந்த பலகை யெடுபட்டுபோகவும் கலாசாலையில் பிள்ளைகளைச் சிலகாலத்திற்குபிறகு சேர்க்கவும் இம்மனுவே காரணம்.

லேபர் கமிஷனர் ஸ்தாபிதம்.
மேற்கண்ட மனுவால் ஏற்பட்டது.

மனு பிரதிகள் பார்லிமென்டு மெம்பர்கள் ஒவ்வொருவருக்கும் கொடுக் கப்பட்டன. இதனால் ஜாதி இந்துக்கள் குரூரமாய் பல கோடிகணக்கான உழவு தொழில் செய்யும் உழைப்பாளிகளை நடத்துவதைப்பற்றி இங்கிலாந்தி லுள்ள எல்லா பத்திரிகைகளும் பிரஸ்தாபம் செய்தன. இவ்வித கொடுமை இந்தியாவில் வியாபித்திருக்க இந்தியா கவர்ண்மென்டார் எப்படி அதை கவனி யாதிருக்கக்கூடுமென்ற கிளார்ச்சியும் எம்பட்டு இந்தியா கவர்ண்மென்டார் கட வடிக்கை எடுத்துக்கொள்ளவேண்டுமென இந்தியா செக்ரடரியார் வற்புறுத் தியதின்பயனுக இந்தியா கவர்ண்மென்டார் சென்ன கவர்ண்மென்டாரோடு ஆலோசிக்க தொடங்கினார்கள். இப்படி பல வருஷங்கள் சென்றபிறகு ஒடுக் கப்பட்டாரை கல்வியிலும் பொருளாதாரத்திலும் விருத்திக்கு கொண்டுவரும் படி சிவில் சர்வீஸ் உத்தியோகஸ்தர்களில் வயதிலும் உத்தியோகத்திலும் மூத்தவரும் அனுபோகமூள்ளவருமான ஒருவரை இரக்ஷகராக (Protector) நியமித்து அவருக்கு ஒரு ஸ்தாபிதமும் கொடுத்து இந்த ஒடுக்கப்பட்டாரை முன்னேற்றம்செய்ய தீர்மானித்தார்கள். அதுமுதல் பள்ளிக்கூடங்கள், குடி யிருப்பு மீனகள், விவசாய நிலம் முதலியவைகளை ஒடுக்கப்பட்டார் பெற்று வருகிறார்கள். இவ்வினத்தவர் விருத்திக்காக யேற்படுத்திய இரக்ஷகரும் அவர் ஸ்தாபிதமும் கைதொழிலாளரையும் கவனிக்கவேண்டுமென யேற்பட்டபோது லேபர் கமிஷனர் என்று அவர் அழைக்கப்பட்டு வருகிறார்.

செங்கல்பட்டு ஜில்லாவில் தற்காஸ்து நிலம் இவ்வினத்தவருக்கு கொடுக் கப்படவேண்டுமென கவர்ண்மென்டாரைக் கோரியிருக்தேன். அந்த ஜில்லா வில் இவர்களுக்கு கொடுக்க ஒரு எக்கரா நிலமும்கிடையாதென்று தெரிவித்தார் கள். 1894வரு எப்ரல் 28ஆ கிருஷ்ணை ஜில்லாவில் வேண்டிய நிலமிருப்பதாக கலெக்டர் அட்கின்ஸன் துரை தெரிவித்தார். பண உதவியில்லாமல் அவ்வளவு தூரம்போய் ஏழைகள் விவசாயம் செய்யக்கூடாமல் போயிற்று. இப்போது

ஆயிரக்கணக்கான எக்கரா நிலம் கொடுத்துவருவதுமன்றி ஆதி திராவிட ஏழை விவசாயிகள் ரேராய் கலெக்டருக்கு தற்காஸ்து கொடுத்துநிலம் பெறுவதாக காண்கிறேம். கல்விவிஷயத்திலும் லேபர்கமிஷனர் செய்துவரும் உதவிகள் பல. தற்போது கவர்ண்மென்டார் இவர்களுக்கு செய்துவரும் அனுக்கிரகங்களானது சிவில்சர்வீஸ் பரிகூஷையை பறையர் மகாஜன சபையார் எதிர்மறுத்ததினுல் தீண்டாதார் என்போர் படும் எடும் கொடுமை வெளிப்பட்டதினுலன்றே? நான் இந்தியாவில் இல்லா காலத்திலும் பறையர் மகாஜன சபையார் எகோபித்தும் தனிதனி அங்கத்தினர்களாகவும் அரும் பிரயாசம் செய்துவந்திருக்கின்றூர்கள். இப்போதும் இனஞ்சேரா சிலரைக் காண்கிறேன்.

ஆதி திராவிடர் சமூக மேற்பட்டதெப்படி?

இராஜ பிரதிநிதியும் கவர்னர் ஜனரலுமான எல்ஜின் (Elgin) பிரபு 1895ஆம் டிசம்பர்மீ 6-உ சென்னைக்கு விஜயமானபோது பறையர் சமூகத்தை நிலைநாட்ட கருதி சென்ன நகரில் ஜனரல் பாட்டர்ஸ்ரோடும் மவுண்டு ரோடும் சந்திக்குமிடத்தில் விசாலமான மவுண்டு ரோடுக்கு குறுக்கே நீண்ட தோர் பந்தலிட்டு அதை சிங்காரித்து மத்தியில் இரு புரங்களினும் "பறையர் மகாஜன சபையார். மாகூடிமை தங்கிய எல்ஜின் பிரபு பெருமாட்டி வர வேற்பு" என்று தங்கம்போன்ற எழுத்துகளே யொட்டி காட்டிய பிரிடஷ் துவஜங்கள் காற்றிலசைந்து வருக! வருக! வென்றழைக்க இந்திய அரசர்களும் மற்றும் பிரதான கனவான்களுமுள்பிரவேசித்து ரதாரூடராய்ப்போக இவ்வினத்தவர் கண்டு களித்து மகிழ்ந்து பெருமைகொண்டாடினூர்கள். இரவிலும் தீபாலங்காரமிருந்தன.

கவர்னர் ஜனரல் அவர்களுக்கு வந்தேஜேசார பத்திரிகை சமர்பிக்க உத்தரவுபெற்று மகாஜன சபை தலைவரையும் ஆறு அங்கத்தினர்களோயும் காரியதரிசியாகிய நான் கவர்னர் வீட்டுக்கு அழைத்து போனேன். போகும் வழியில் எங்களில் ஒருவர் ஓர் ஆலோசனேச்செய்து இவ்வினத்திலுள்ள ஓர் கனதனவானேயும் அழைத்துபோகலாம் என்றூர். அதற்கிசைந்து சென்று அந்த தனவானேக் கண்டபோது அவர் தாமதம்செய்து வார்த்தைகளாடி வரமல்போனுர். அதனுல் காலதாமதமாகி குறித்த நேரத்திற்குமேல் அறைடணி தாமதமாகிவிட்டது. எங்களேக்காணைததால் கவர்ண்மென்டு மாளிகைக்குள் பிரவேசிக்க பயந்து எங்கேனும் நாங்கள் நின்றுகொண்டிருப்போமென்று கட்டிடத்தைச்சுற்றி சேவகர்கள் தேடிப்பார்த்துக்கொண்டிருந்தார்கள். நேராய் கட்டிடத்திற்கு முன்புறம் சென்று வண்டிகளே விட்டிறங்கி உள்பிரவேசித்தோம். கவர்னர் மாளிகைக்குள் இதற்குமுன் இவ்வினத்தவர் பிரவேசித்ததில்லையாகையால் சீப்செக்ரடியாருக்கு இந்த சந்தேகமுண்டாயிற்று. ஆங்கிலேய இந்தியர்கள், மகமதியர்கள், கிறிஸ்தவர்கள் எட்டு எட்டுபேர்கள் கும்பல் கும்பலாக நின்றுகொண்டு கார்த்திருந்தார்கள். நாங்களும் ஒரு கும்பலாக சேர்ந்து நின்றேம். எங்களேக்கண்ட மற்ற சமூகத்தார் வெறுப்பும் சின சமமாக ஒரு சமூகத்தவராக அங்கீகரித்து தக்க சமாதானமான நல்மொழி கூறினுர் எல்ஜின் பிரபு. அன்றுமுதல் இந்து சமூகத்தினின்று பிரிந்து வந்த இராஜபிரதிநிதிகளும் கவர்னர்களும் இவர்களேத் தனியதோர் சமூகமாக

அங்கீகரித்தும் அனுசரித்தும் வருகின்றூர்கள். 1898-வது மாகதிமைபொருந்திய மகாராணி இந்தியா சக்ரவர்த்தினியின் அறுவதாவது ஆளுகைவிழாவின் போது வாழ்த்துகூறி அனுப்பிய உபசார பத்திரிகையை ராணியார் அத மகிழ்ந்து அங்கீகரித்ததாக இந்தியா செக்ரடெரியார் 1898-வது ஜூன் மீ 11 உ எழுதியிருக்கின்றூர். மேற்கண்ட மூன்று சமூகத்தவர்போல் பறையர், பஞ்சமர், தாழ்த்தப்பட்டார் என்னும் பலபேரால் அழைக்கப்பட்டு வந்து இப்போது ஆதி-திராவிடர் என வழங்கும் சமூகத்தவர்களுக்கு இதர சமூகத்தவர்கள்போல் அரசாங்கத்தில் காரிய நிர்வாகத்திலும், பரிபாலன நிறைவேற்றத்திலும், இராஜிய வியவகார மந்திரி பதவியிலும், பங்கு பெறும் உரிமை உண்டாகியிருக்கிறது. ஆனதால் சட்ட சபைகள், மூனிசிபாலிட்டிகள், லோக்கல் போர்ட்டுகள் பஞ்சாயத்துகள் மற்றுமுள்ள ஸ்தாபனங் களுக்கு அங்கங்களாகவும், சிவில் சர்வீஸில் உயர்தர உத்தியோகஸ்தராகவும் இந்த இனத்தவர்கள் மந்திரிகளாகவும் மேயர்களாகவும் அமையப்படுவது மன்றி கல்வியிலும் செல்வத்திலும் விருத்திடெற மேற்கண்ட இனத்தவர் களே நான் சேகரித்து ஒரு முக்கிய குல சமூகமாக நிலை நாட்டியதே மூல காரணமாகும். இச்சமூகத்தவர்களின் மகாசபை தொடர்ந்து நடைப்பெற்றே வந்திருக்கிறது. காலவரையறுத்தல் மூன்னிட்டு பெயர் மாற்றப்பட்டது. சென்னைமாகாண தாழ்த்தப்பட்டார் ஐக்கிய மகாசபை (Madras Depressed Classes Federation) என்றும் (Scheduled Castes Party) செடியூல் காஸ்ட் பார்ட்டி என்னும் இவ்வினத்திலுள்ள கனவான்கள் நடத்திவருகிறூர் கள். அதில் என்னை தலைவராக தேர்ந்தெடுத்திருக்கிறார்கள். இன்றைக்கும் இவ்வினத்தவரை ஜாதி இந்துக்கள் இம்சித்தே வருகிறார்கள். சில வருஷங்க ளாக சிவில் சர்வீஸ் பரிகூ இந்தியாவிலும் நடைப்பெற்று வருகிறது. இந்த பரிகூயில் தேர நமது குல வாலிபர்களும் அபேக்ஷராகும் திரமையில் வந்தி ருப்பதால் பரிகூ இந்தியாவில் நடப்பதைப்பற்றி எதிர் மறுக்கப்படவில்லே. நித்திய கருயானுஷ்டங்களை நடத்துகிறபோது என் இனத்தவர்கள் தெளார்ப் பாக்கியமான நிலைமையை நிகூத்து அவர்கள் அபிவிருத்தியடைந்து வாழக் கிருபைகூற கடவுளே தோக்கி நான் பிரார்த்தித்து வருகிறேன்.

தங்கள் சமூகத்தை சீர்தூக்க பாடுபடுபவர்கள் வம்ச பாரம்பரியமாய் சகல சம்பத்துடையயவர்களாவார்கள்.

கல்வி.

தாழ்த்தப்பட்டும் எழைகளாகவும் மௌடிக்முள்ளவர்களாகவுமிருக்கும் இச்சமூகத்தாரை உயர்த்தவேண்டுமொருள் கல்வியை அவர்களுக்குள் பரவச் செய்யவேண்டுமென கருதி G.O. 68-1893 கவர்ண்மென்டார் உத்தரவு ஒன்று வெளிப்படுத்திருர்கள். அது ஒரு சிலாசாசனமென்றே சொல்லலாம். குறைந் தது எழு பிள்ளைகள் வாசிக்க சேர்ந்தால் அதை ஒரு பள்ளிக்கூடமாக கவர்ண் மென்டார் ஒப்புக்கொண்டு கிரேண்டு கொடுக்கவேண்டும் என்றும் இன்னும் பல அனுகூலமான விதிகளும் அதில் இருந்தன. தீண்டாதாருக்கு போதிக்க ஜாதி இந்துக்கள் மூன்வராமலிருந்துவிட்டார்கள். தீண்டாதார் ஜனசமூகத் தில் உபாத்தியாயர்கள் கிடைக்கவில்லே. சென்னை நகரில் மதமாற்றதுவக் கென்று அவரவர்கள் ஸ்தாபித்திருந்த பள்ளிக்கூடங்களுக்கு கவர்ண்மென் டார் உத்தரவு அனுகூலமாயிராததால் அந்த விதிகளின்படி இந்த இனத்து பிள்ளைகளை சேர்த்துக்கொள்ள மனமில்லாதவர்களாயிருந்தார்கள். ஆகையால்

கவர்ண்மென்டார் உக்கிரவு சென்னை நகருக்குள் பலிதப்படாமல் போய் விட்டது. இந்த தெளர்பாக்கியமான நிலையை கவர்ண்மென்டாருக்கு 1898-ம் வருஷ அக்டோபர் மாதம் 21-ந் தேதி தெரிவித்தேன். நான் தெரிவித்த தின் பயனை சென்னை மூனிவிஸிபாலிட்டியார் பாடசாலைகளே ஸ்தாபிக்க வேண்டி உத்திரவளித்தார்கள். நாளுக்குநாள் உயர்தர கல்வியில் தேர்ந்துவர இவ்வினத்தவர் ஆரம்பித்துவிட்டார்கள். சர்க்கார் ரிக்கார்டுகளே பரிசோதித்து பார்த்தால் 1772 வருஷ முதல் சர்கார் இவ்வினத்தவர்பொருட்டாய் கவலே எடுத்துவந்ததாக காணப்படுகிறது. அக்காலத்தில் பார்லிமென்டெக்கும் நமது கவர்ண்மென்டாருக்கும் கடிதபோக்கு வரவு நடந்து நம்மின குடியானவர்கள் பொருட்டாய் அநேக காரியங்களே நடத்தி இருக்கின்றனர். 1818 வருஷம் ரெவெனியூ போர்டார் கலெக்டர்களே நம்மின குடியானவர்களின் நிலைமை யைப்பற்றி விசாரித்திருக்கின்றார்கள். பிறகு எப்படியோ கவனியாதிருந்து 1893-ம் வருஷம் கல்வி கற்பித்துதொடுக்க சர்க்கார் தூலப்பட்டார்கள், அப்போதும் சர்க்கார் மூபந்தி பலிதப்படாமல் போயிற்று. இராம மூனிசிப்பு முதல் ரெவினியூ இனிஸ்பெக்டர்கள் தாசில்தார்கள், டெப்ட்டி கலெக்டர்கள், கலெக்டர்கள், ரெவினியூ போர்ட்மெட்டுமுள்ள உத்தியோகஸ்தர்கள் ஜாதி இந்து இன பக்துக்கள். அவர்களுக்குள் நிலபாத்திபழுள்ளவர்கள் அநேகர். இவ்வின குடியானவர்கள் முன்னேராமல் சூட்சமா சூட்சிகளே இச்சாதி இந்துக்கள் செய்துவைத்ததே காரணம். 121 வருஷம் தாண்டுவோராற்று இருந்ததுபோல இனியுமில்லாமல் நம்மினத்தவர்களுக்குள் கல்வியை பரவச்செய்ய விடாமுயற் சியாய் இடைவிடாமல் பாடுபடவேண்டுமென அந்த 1893-ம் வருஷத்தில் "பறையன்" பத்திரிகை பிரசுரித்தேன். அது ஒரு தாண்டுகோலாயிற்று லேசர் கமிஷணர் மூலமாகவும் டைரெக்டர்மூலமாகவும் வருஷா வருஷம் 20, 30 லக்ஷம் ரூபாய் சர்கார் செலவு செய்து கல்வி போதித்து வருகிறார்கள். இவ்வினத்தின்பேரால் பெற்றதைத் தாங்களும் அனுபவித்து தங்களினத்தவர் களுக்கும் உதவி இனத்தை விருத்திசெய்ய வேண்டும். முன்னேற்றத்திற்கு கல்வியே முக்கிய காரணமாகும்.

சென்னை சர்வகலா சங்கத்தில் 10 வருடமாக அங்கத்தினராக ஆகி திராவிடர் அபிவிருத்தியை கண்ணும் கருத்துமாய் காத்துவருகிறேன்.

சட்ட சபை.

நான் சட்ட சபையைச்சேர்ந்த மூன்று மாதங்களுக்குள் ஒரு தீர் மானத்தை சபை முன்பாக கொண்டுபோனேன். சபையார் யேகவாக்காய் ஒப்புக்கொண்டார்கள். அதாவது, தாழ்த்தப்பட்ட வகுப்புகளேச் சேர்ந்தவர்கள் பொது ரஸ்தாக்கள், கிணறுகள், பொது கட்டிடங்கள், மார்கட்டெகள் முத லியவைகளே உபயோகிப்பது கவர்ண்மென்டார் கொள்கை. தீர்மானத்தை அறுபந்தம் 2-ல் காண்க.

மதுவிலக்குவதை ஆரம்பிக்க கருதி வாரத்திற்கொருநாள் ஞாயிற்றுக் கிழமைகளிலும் பண்டிகை நாட்களிலும், கவர்ண்மென்டார் விடுமுறை நாட் களிலும் சாராயக்கடைகள் மூடப்படவேண்டுமென ஓர் தீர்மானம் சட்டசபை முன்பாக கொண்டுபோனேன். அதைச் சபையார் எற்றுக்கொண்டார்கள். சில மாதங்கள் மட்டும் சாராயக்கடைகளே ஞாயிற்றுக்கிழமைகளில் மூடிவைத் திருந்து அதனுல் கலால் வருமான குறைவுபடுகிறதென்று கவர்ண்மென்டார் கடைகளே மறுபடியும் வழக்கம்போல் திறந்துவிட்டார்கள்.

எழுதப் படிக்கத் தெரியாத பாமர ஜனங்கள் பத்திரங்களில் கைகாட்டு அல்லது விரல் முத்திரை போடவேண்டுமாளுல் தாவில்தார்களுக்கு முன்பாகவோ அல்லது அவர்களேபோன்ற பொருப்பாளிகள் முன்பாகவோ சாட்சிகளுக்குமுன் பத்திரத்தில் அடங்கிய விஷயங்களே தெளிவாய் வாசித்துகாட்டி கைகாட்டு அல்லது விரல் முத்திரை போடும்படிசெய்து சாட்சிகள் கையொப்பங்களும் செய்யவைத்து மேற்கண்ட பொருப்பானவர்களெரும் கையொப்பமிட்டு பத்திரத்தை பூர்த்தி செய்யவேண்டும். கிராம முனிசிப்புகள் கணக்கார்கள் முன்பாக கைகாட்டு விரல் முத்திரைபோடப்பட்ட பத்திரங்கள் செல்லப்படாது என்று ஒரு மசோதா கொண்டுபோனேன். அதை கவர்ண்மென்டார் அங்கீகாரம் செய்யவில்லே.

முனிசிப்பு, கணக்கர் முதலானவர்களே வம்ச பரம்பரை பரியத்தை கொண்டு சர்க்கார் நியமனம் செய்யக்கூடாதென்று ஒரு தீர்மானம் கொண்டு போனேன். அதைபற்றி இந்த ராஜதானியிலுள்ள மேற்படி உத்தியோக்ஸ்தர்கள் கூட்டங்கள்கூடி வெகு வலுவாய் எதிர்த்திருக்கின்றூர்கள். அந்தத் தீர்மானம் இன்னமூம் சபைக்கு முன் வரவில்லே.

கிராம முனிசிப்பு கோர்ட்டுகளில் குற்றவாளிகளே தொழுவத்தில் போட்டுவைக்கும் சட்டத்தையும், வழக்கத்தையும் எடுபட செய்ததுமல்லாமல் தொழுவங்களேச் சட்டெரிக்கவும் செய்தேன்.

உப்பு வரி முற்றிலும் எடுபடவேண்டுமென ஒரு தீர்மானம் சபைக்கு முன் கொண்டுவரப்பட்டது. உப்பு விலே மிகக் குறைவாயிருப்பதால் ஏழைகளுக்கு அதனுல் கஷ்டமில்லே. உப்பு வரியால் சர்க்காருக்கு வரும் வருமானத்தைக்கொண்டு ஏழைக் குடிகளுக்கு உபகாரம் செய்யலாமென்று நான் எதிர்த்தேன். வரி எடுபடவில்லே. அப்படி எடுபடாததால் இந்தியா கவர்ண்மென்டார் சென்ளே கவர்ண்மென்டாருக்கு பத்து லக்ஷத்திற்கு மேலாக கொடுக்க வேண்டிய யேற்பாடிருந்தது. அது ஆதி திராவிடர்களுக்கு கவர்ண்மென்டார் கொடுப்பார்களென எண்ணிளேன். அதை வேறு காரியத்திற்கு சர்க்கார் உபயோகித்துக்கொண்டார்கள்.

நில வரியைக் குறைக்கவேண்டுமென ஒரு தீர்மானம் கொண்டுவரப்பட்டது. நிலசுவான்கள் சாகுபடி செய்யக்கூடியதற்கு மேலாக விஸ்திரமான நிலங்களே வைத்துக்கொண்டிருக்கிறார்கள். அடுத்த கவர்ண்மென்டு நிலத்தை சாகுபடிசெய்து பிழைக்க ஏழை குடியானவர்கள் மனு செய்துகொண்டால் நீர் பிடிப்பு, மேய்கால், மாடுகள் போகும்வழி, பொங்கலுக்கு மாடுகள் சேர்ந்து நிற்குமிடம், ஒரு கல்லே நட்டுவிட்டு எல்லேப்பிடாரியை பூசைசெய்யுமிடம் என்னும் பலவித ஆட்சேபணைகள் செய்து, உழுவு உழைப்பாளிகளுக்கு ஙாளொன்றுக்கு இரண்டு அணு கூலியும் சரிவரக் கொடாமல் தனவந்தராய் தங்கள் பிள்ளேகளே கல்வியில் தேற்றி பெரும் உத்தியோகஸ்தராகச் செய்து மேல் மெத்தை வீடுகளிலும் மோட்டார்களில் சுற்றி சுகம் பெற்றிருக்குமிவர்கள் நிலவரி செலுத்த சக்தியற்றவர்களென்றுலெவ்வளவும் ஒப்புக்கொள்ள கூடியதல்லலென்று பலமாய் எதிர்த்து தாக்கிளேன். வரி குறைக்கப்படவில்லே.

சபையின் பல கமிட்டிகளில் வீற்றிருந்தேன். அங்கே நான் பேசிய விஷ யங்கள் அனேகம். பல கமிஷன்களுக்கு முன்னுல் சாஷியம் கூறியுமிருக் கின்றேன்.

சட்ட சபையில் தாழ்த்தப்பட்ட இனத்தவரான கனம் தங்கிய அங்கத் தோர்கள் தங்கள் தொகுதியில் என்னை தலேவராக தெரிந்தெடுத்து வைத் திருந்தார்கள். பதினைந்து வருடம் சட்டசபையில் வீற்றிருந்தேன். பின்னும் தற்போது நடக்கும் சட்டசபைகளில் மேல்சபை (Legislative Council)யில் நான் நியமிக்கப்பெற்று வீற்றிருக்கின்றேன்.

பழக்க வழக்கம்.

இந்த சரித்திரத்தை அச்சிடபோகும் தறுவாயில் ஆதி திராவிடர்களைப் பல இடுக்கண்களால் ஜாதி இந்துக்கள் வாதித்து வரும் பழக்கம், வழக்கம், மாமூல் என்பவைகள் வேரோடு களேந்தெறிய ஓர் மசோதாவை ராவ் பகதூர் எம். சி. ராஜா கொண்டுபோனூர். இரண்டு சட்ட சபைகளும் அங்கீகரித் திருக்கின்றன. இந்த சட்டமும் பிரிடிஷ் மலேயாளம் ஜில்லா ஆலய பிரவேச சட்டமும் பல்வில்லா பாப்புகளே யொத்தன. இச்சட்டங்களே மீறினவர்கள் பேரில் சிவில் கோர்ட்டில் தாவா தொடுக்கவேண்டுமாம். ஜாதி இந்துக்கள் அவைகளேப் பசியால் வருந்த செய்து கொண்றுவிடாமல் இவ்வினத்தார் காப் பாற்றினுல் சிலநாளில் பற்கள் முளேத்துவிடும்.

வட்டமேஜை மஹாநாடு.

சவர்கட்சி மகாசபை என்னும் வட்டமேஜை மஹா நாட்டுக்கு என்னை யும் டாக்டர் அம்பேத்காரையும் இந்தியாவில் தாழ்த்தப்பட்டார் பிரதிநிதிக ளாக கவர்ண்மென்டார் தேர்ந்தெடுத்து வரவழைத்திருந்தார்கள். நாங்க ளிருவரும் நகரமும் சதையுமாகவிருந்து உழைத்தோம். 1928—1929-ம் வருஷங்களில் நடந்த டகா சபைக்கு நாங்களிருவரும் சென்றிருந்தோம். 1930-ம் வருஷம் டாக்டர் மட்டும் மஹா சபைக்குப் போனூர். என் ஆலோ சனையை கேட்க இந்தியா இராஜபிரதிநிதி கமிட்டிக்கு (Viceroy's Consulta- tive Committee) என்னை அழைத்துக்கொண்டார்கள். இந்தியாவிலுள்ள இந்த ஜனங்கத்தாரவர்களுக்கு தனி தொகுதியும் வோட்டு உரிமையும் மற்ற சமூகத்தார்களேவிட அதிக அனுகூலமாச அனுக்கிரகிக்கப்பட்டது. இதின் பலாபலன்களே அடுத்த இரண்டு மூன்று எலக்ஷன்களில் தாழ்த்தப்பட்டோர் தெரிந்துகொள்ளுவார்கள். சில நாட்களில் தாழ்த்தப்பட்டோர் உயர்த்தப்பட் டோராகியும் வெகு வலுவான சமூகத்தவர்களாகியும் ஆட்சியை கைப்பற்றும் நிலேக்கும் வந்துவிடுவார்கள். இதையறிந்த ஜாதி இந்துக்கள் தாழ்த்தப்பட் டோர் தங்களினின்று பிரிந்து பெரியதோர் தனி சமூகமாக ஆகாதவண்ணம் தங்களோடு சேர்ந்துகொள்ள ஆலய பிரவேசம் என்னும் தீண்டாமையை யொழிப்பதென்றும் கிளர்ச்சி செய்துவருகிறார்கள்.

இந்த மகாசபை நடந்துகொண்டிருக்கும் காலத்தில் நேர்ந்த இரண் டொரு சம்பவங்களே மாத்திரம் சுருக்கி சொல்லுகிறேன். ஜார்ஜ் மன்னரை யும் இராணியையும் காணும்பொருட்டு வின்சர் காஸ்சல் (Windsor Castle) என்னும் ராஜமாளிகைக்கு சபைக்கு சென்றிருந்த இந்தியா பிரதிநிதிகள் அழைக்கப்பட்டார்கள். என்னுடனும் சக்கரவர்த்தி, சக்கரவர்த்தினி இருவரும் கை குலுக்கி உபசரித்தார்கள். இப்படியாக மூன்றுதடவை நடந்தது.

ராஜமாளிகையில் சிற்றுண்டியும் பரிமாரப்பட்டது. பின்னுமோர்தடவை மன்னவரிடம் சம்பாஷிக்க சேர்ந்தது. தீண்டாமை என்றுல் என்னவென்று மன்னவர் வினவினர். மேல்ஜாதியான் என்போன் கீழ்ஜாதியான் என்போ னேத் தீண்டமாட்டான் என்றபோது "ஒரு கீழ்ஜாதியான் தெருவில் விழுந்து விட்டால் மேல்ஜாதியான் தூக்கிவிடமாட்டானு" என்று மன்னவர் பின்னும் வினவினர். தூக்கிவிடமாட்டான் என்றபோது மன்னவர் திடுக்கிட்டு அசைந்துநின்று "அவ்விதம் நடக்க என் ராஜியத்தில் விடவேமாட்டேன்" என்றார். மன்னவர் மாளிகைக்குள் பிரவேசிக்கவும் மன்னரோடு கைகுலுக்கி பேசவுமுண்டான பாக்கியம் நமது சமூகத்தைபொருந்தியதல்லவா? இதர சமூகத்தவரோடு நம்மையும் சமமாக மன்னவர் நடத்தியபதிஞல் ஆங்கிலேய அரசாட்சி எவ்வளவு அன்பும், அருமையுமானதென்றும், நம்மினம் முன் னேறவுஞ் செய்ததென்றும் விளங்குகிறது.

சிவில் சர்வீஸ் பரீக்ஷை இந்தியாவில் நடைபெறகூடாதென்று தாழ்த்தப் பட்டார் எதிர் மறுத்தைதைமுன்னிட்டு விவாதம் நடந்தபோது காங்ரஸுக்கு சார்பாகவிருந்த நார்ட்டன் (Eardly Norton) துரை அவர்கள் எளிதமாய் தாழ்த்தப்பட்டோனுபிருக்கும் நான் பாடிங்டன் (Paddington) என்னும் ஓர் குக்கிராமகுடிசையினின்று செண்ட் ஜேம்ஸ் (St. James Palace) என்னும் ராஜ மாளிகைக்குப்போக அபேட்சிக்கின்றேன் என்றுர். வட்டமேஜை மகா சபை செண்ட் ஜேம்ஸ் மாளிகையில்தான் நடந்தது. ஒருநாள் அம்மாளிகை யின் ஒரு பெரிய அறையில் நான் வீற்றிருக்கும்போது நார்ட்டன் துரை சொன்னது என் ஞாபகத்திற்கு வந்தது. நான் புன்சிரிப்புகொண்டு ஏழை மக்களின் பொருட்டாக நடப்பதெல்லா மிறைவன் செயலென மகிழ்ந்தேன்.

நான் இந்தியா திரும்பிவந்தபோது மகாசபையில் இவ்வினத்தவர்பால் நடந்த விஷயங்களை என் சொந்தசெலவில் பிரசுரம் செய்தும் பல கூட்டங்கள் கூட்டியும் விளக்கிக்காட்டினேன்.

(புதிய சீர்திருத்தம்) பூரு ஒப்பந்தம்.

இந்த ஒப்பந்தத்திற்கு பிறது மாகாண சட்டசபையானது (மேல் சபை) கவுன்சில் (Council) என்றும் (கீழ் சபை) அசம்பிளி (Assembly) என்றும் சென்னையில் அமைக்கப்பட்டிருக்கிறது.

கூட்டுத்தொகுதி.

அசம்பிளியில் ஒடுக்கப்பட்ட வருப்பினர்களே இதர சமூக கக்ஷிக்காரர்கள் தங்கள் பக்கம் சேர்த்துக்கொள்ள முயன்றூர்கள். அசம்பிளிக்கு தோர்ந்தெடுக் கப்பட்ட 30 மெம்பர்கள் தனியானதோர் கட்சியாயிராமல் அவர்களில் 27 பேர் கள் காங்ரஸ் கட்சியில் சேர்ந்துவிட்டார்கள். இவர்களே தெரிந்தெடுத்தவர் களும் (Voters) தெரிந்தெடுக்கப்பட்டவர்களும் (Elected members) தங் கள் சமூக சேவை இன்னதென்றும் அதஞல் உண்டாகும் பலாபலன்களே கவனியாதவர்களாகவோ தெரியாதவர்களாகவோ நடந்துவருகிறார்கள் என் பதை தெரியாமல் கூட்டு தொகுதியாலுண்டான கெடுதி என்று இச்சமூகத் தவர்களில் பலர் அபிப்பிராயம் கொள்ளலாம். அறியாமையோ வறுமையோ இதற்கு காரணமாகக் கொள்ளவேண்டுமேயொழிய கூட்டு தொகுதியில் மாத்திரமல்ல தனித்தொகுதியிலுளும் மேற்கண்ட காரணங்களால் கெடுதியே நேரிடும்.

தனித்தொகுதி.

சென்ற 1938(வது) நவம்பரில் கார்ப்போரேஷன் தேர்தல் நடந்தபோது ஆதி திராவிடர் சமூகத்திற்கென்று தனித்தொகுதியில் ஒதிக்கிவைத்த ஸ்தானத்திற்கு அபேக்ஷகராக நின்றவர்கள் இதர சமூகத்திற்கும் இதர கட்சிக்கும் நிற்பதாக சொல்லி நிற்க ஆதி திராவிட சமூக (ஒட்டர்கள்) தெரிந்தெடுப்பவர்கள் சம்மதம் கொடுத்து ஆதரித்தார்கள். இதனால் இங்ஙனரில் கல்வியும், சற்று பொருட்செல்வமும் விதாணையும் தேர்தல் காரியங்களே நன்கநிந்தவர்களும் தங்கள் சமூகத்தை அலட்சித்து இதர சமூகத்தையும் இதர கட்சியையும் ஆதரித்ததாக தெரியவருகிறது. சமூகத்தவர் செய்யும் குற்றத்திற்கு பூலு ஒப்பந்தம் செய்தோரை நிந்திப்பேன். தேசசரித்திரத்தையும் ஆதி திராவிட சமூகத்தவர் சரித்திரத்தையும் பார்த்தால் ஒப்பந்தத்தில் கண்டிருக்கும் பத்து வருஷங்கள் பத்து கோடிகள்போல் பறந்துவிடும்.

ஒப்பந்தத்தை அநுபந்தம் 3-ல் காணலாம்.

நானும் என் சகா அம்பேத்காரும் வட்டமேஜை மகாநாட்டில் வேண்டிய பாடுகள்பட்டு வாக்குரிமைக்கான யோக்கியதை இச்சமூகத்தவருக்கு வெகு சுலபமாய் மட்டுபடுத்தினோம். இவ்வினத்தவர் வாக்குரிமைகளால் சட்டசபையில் அங்கத்தினவராய் அமைந்த 30 பேரில் 27 பேர் தங்கள் வாக்குரிமை கூள இதர கட்சியாருக்கு பலி கொடுத்துக்கொண்டிருக்க இச்சமூகத்தவர் கவனியாதிருப்பதை பார்க்க என் மனம் வருந்துகிறது. சமூகச் சேவை செய்வார் தங்கள் சந்ததி செழிக்க உழைப்பவராவர்.

ஆலய பிரவேசம்.

தீண்டாமை என்பது இந்தியாவிலிருக்கும்மட்டும் பூரண சுயராஜியமேற் படுவது சாத்தியமல்லவென்று ஜாதி இந்துக்கள் உணர்ந்து தீண்டப்படாதவர்கூள ஆலயங்களுக்குள் விடுவதாக ஆலயபிரவேசம் என்னும் மஸோதா ரூபமாக இயக்கத்தை ஜாதி இந்துக்கள் கவர்ண்மென்டார் மூலமாக சட்டசபைக்கு கொண்டுவந்தார்கள். அந்த மஸோதாவை சட்ட சபைகளிரண்டும் அங்கீகரித்து சட்டமேற்படுத்தியிவிட்டன. பிரிடிஷ் மலையாளம் ஜில்லாவில் இந்து ஆலயங்களில் தீண்டாதாரென்னும் இந்துக்கள் உள்பிரவேசிக்க விட அநுசரிக்கவேண்டிய கிரமங்கள் அந்த சட்டத்தில் கண்டிருக்கின்றன. கூடிய சீக்கிரம் அமலுக்கு வரும்போலும். அநேக முக்கியமான ஆலயங்கள் ஆதி திராவிட சமூகத்தைத் சார்ந்த பெரியோர்கள் ஜகனமான இடத்தில் கட்டப்பட்டனவென "பறையன்" என்ற பத்திரிகையிலும் சமீபகாலத்தில் திண்டு பத்திரிகையிலும் பிரஸ்தாபித்திருக்கின்றேன். ஆதி திராவிடர் ஆலயங்களில் பிராமணர் முதலாக சகல ஜாதியாரும் மதஸ்தரும் பிரவேசித்து வணங்கலாம். ஆனுல் ஜாதி இந்துக்கள் ஆலயங்களில் தங்களுக்குள்ளடங்கி யிருக்கும் காலு ஜாதியாரைத்தவிர வேறு யாரும் பிரவேசிக்கக்கூடாது.

ஜாதி இந்துக்கள் ஆலயங்களே ஆதி திராவிடருக்கு திறந்துவிட்டால் விருப்பமுள்ளவர்கள் பிரவேசிக்கலாம். ஜாதி இந்துக்கள் தங்கள் ஆலயங்களே திறந்துவிட அவர்களுக்குள்ளே ஆலோசித்து தீர்மானித்துக்கொள்ளட்டும். "ஆலயப் பிரவேசம்" என்னும் திண்டு பத்திரிகையில் இதை வெகுவாய் பிரஸ்தாபித்திருக்கின்றேன்.

சுஜன தருமம் என்பதை நில நாட்ட இந்துக்களில் ஓர் பிரிவார் சென்ற வருஷம் சென்னேயில் கூட்டமாய் கூடியபோது ஒரு துண்டு பத்திரிகை பிரசுரித்து கொடுத்தேன். அதில் திருச்சிராபுரம் சாம்பவ சாம்பான் என்பவரை ஜம்புகேஸ்வரர் என்றும், தஞ்சாலூர் பிரவிடை சாம்பான் என்பவரை பிரதிஸ்வரர் என்றும், திருவாலூர் தியாக சாம்பான் என்பவரை தியாக ராஜ பெருமாள் என்றும் பெயர் மாற்றி அவர்கள் தகனம் செய்யப்பட்ட இடங்களில் கட்டியிருக்கும் திருபணிகளே கைப்பற்றிக்கொண்டு, மானியம் திரவிய முதலான உரிமைகளே அபகரித்துமல்லாமல் சாம்பவ சந்ததியாரை அத் திருப்பணிகளுக்குள் பிரவேசிக்க வொட்டாமல் நீக்கி வைத்திருப்பது தருமமா வென்று கேட்டிருக்கின்றேன்.

மதமாற்றல்.

இந்துக்கள் அடக்கத்தினின்று தாழ்த்தப்பட்டார் மதமாறவேண்டு மென்று டாக்டர் அம்பேத்கார் பகிரங்கமாய் பிரஸ்தாபித்தபோது தாழ்த்தப் பட்டார் இந்துக்கள் அடக்கத்திலில்லே, தாங்களிருக்கும் மதத்திலிருந்து கொண்டே ஆண்மையான வீரத்துவத்துடன் முன்னேறவேண்டுமென்று உடனே தந்திமூலமாக பிரஸ்தாபித்தேன். இந்துக்கள் அனுசரிக்கும் நாலு வர்ணங்களிலொன்றிலேனும் சேர்ந்திராததால் தாழ்த்தப்பட்டார் இந்துக்கள் அடக்கத்திலில்லே என்பது வெளிப்படை.

பௌத்த மதம் :—1882-ம் வருஷ மாதம் ஸ்ரீ பிளாவட்ஸ்கி அம்மையையும் கர்னல் ஆல்காட்டு அவர்களேயும் நீலகிரியில் தரிசித்து அவர்களுடன் சிலநாள் பழகிவந்தேன். யோகானுபவ சங்கத்தில் சேர்ந்து அதின் தலேவரேயிருந்த கர்னல் ஆல்காட்டு அவர்களால் தீகைபெற்றேன். பௌத்த மதத்தை சிர் தூக்கி அவர் பேசுவார். 1900-ம் வருஷம் அம்மதத்தை தாழ்த்தப்பட்டார் சமூகத்தில் நுழைக்க தொடங்கினர். சமூகத்தில் பிரிவினேயுண்டாகுமென அஞ்சி அவரை பத்திரிகைமூலமாய் தாக்கினேன். ஒருவரையொருவர் தான் தோன்றிய தம்பிரான் என்று தர்க்கித்துக்கொண்டோம். சிலர் அம்மதம் புகுந் தார்கள். பறையர் என்பதைவிட பௌத்தர் என்பது சிலாக்கியமானதென்று சொல்லிக்கொண்டார்கள். சில இடங்களில் மடங்களேக் கட்டிக்கொண்டார்கள். பறையர் அல்லது ஆதி திராவிடர்கள் என்னும் சமூகத்தவர்களுக்கு கல்வியி லும் பொருளாதாரத்திலும் சர்க்கார் கொடுக்க யேற்படுத்தியிருக்கும் உதவி பௌத்த மதஸ்தராய் மாறிய சமூகத்தவர்களுக்கு கிடைக்கக்கூடாததாயிற்று.

இந்து சம்யவாதிகளென்னும் ஜாதி இந்துக்களும் தமிழ் சமயிகளான தாழ்த்தப்பட்டாரும் ஒரே மதசார்பினராவர். ஜாதி இந்துக்கள் செய்யும் கொடுமையை தாளமுடியாமல் தாழ்த்தப்பட்டார் மதமாறிபோகிறர்கள். தொளர்பாக்கிய நிலேயினின்று சீர்தூக்கவேணுமென தாழ்த்தப்பட்டார் பல நூற்றுண்டுகளாக முறையிட்டதற்கிணங்கி கல்வியிலும் செல்வத்திலும் விருத் திப்பெற கவர்ண்மென்டார் பல வருடங்களாக உதவி புரிந்துவருகிறர்கள். தாழ்த்தப்பட்டார் சமூகத்தினின்று மதமாறி வேறு சமூகத்தில் சேர்ந்து கொண்டவர்கள் தங்களே தாழ்த்தப்பட்டாரோடு சேர்த்து உதவவேண்டுமென விதண்டவாதம் கவர்ண்மென்டாரிடம் தொடுத்திருக்கிறர்கள். கவர்ண்மென் டார் சட்டபடி சமூகங்களின் வரையறையேற்பட்டிருக்கிறது. ஒரு சமூகத்

தவருக்கு கவர்ண்மென்டார் கொடுத்த உதவியை மற்றொரு சமையத்தார் பெற கூடாது. ஒரு மதத்தினின்று வேறொரு மதத்திற்கு மாறினல் ஒரு சமூகத்தி னினின்று வேறொரு சமூகத்திற்கு மாறினவர்களாவார்கள். அவர்கள் முன் னிருந்த சமூகத்திற்கு கிடைத்த உதவியை மாறியிருக்கும் சமூகத்தினின்று பெறக்கூடாது, அப்படி பெறச்செய்தால் மதமாறியவர்களே முழு உதவியையு பெற்றுக்கொள்வார்கள். அன்றியும் தங்கள் மதமாற்றும் சூட்சியுமுண்டாகு மென தாழ்த்தப்பட்ட சமூகத்தார் பீதி கொள்ளுகிறார்கள். மதமாறி வேறு சமூகத்தைச் சேர்ந்தவர்கள் தனிப்பட தங்களுக்கு வேண்டிய உதவியை சர்க் காரிடமிருந்து பெற்றுக்கொள்ளுவது உத்தமம். இந்தக் கருத்தைக்கொண்டு சட்ட சபையில் பலதரம் பேசியும் பத்திரிகைகளுக்கெழுதியும் வருகிறேன்.

இந்திய காங்ரஸ்.

1884ஸ் சென்னையில் அடையார் என்னுமிடத்தில் தியாசபிக்கல் சொசயிட்டி என்னும் யோகானுபவ ஞான சங்கத்தின் வருஷாந்தர உற்சவம் நடந்தது. சங்கத்தில் நானும் ஓர் அங்கத்தினர். அந்த உற்சவத்திற்கு வங்காள பாபுகளும், பம்பாய் பார்சிகளும், நமது மாகாண பிராமணர்களும், ஐரோப்பா, அமேரிக்கா, இலங்கை முதலான தேசங்களிலிருந்து பலரும் வந்து கூடினர் கள். நானும் போய் கூடினேன். கர்னல் ஆல்காட் என்பவர் சங்கத்தின் தலைவர். அப்போது வங்காள பாபுகள் ஒரு ஆலோசனே செய்தார்கள். அதாவது இந்தி யர்கள் இம்மாதிரியாகக்கூடி அரசியல் விஷயமாய் ஒரு சபை நடத்த கூடுமென் பது. அவர்கள் கல்கத்தா திரும்பியபிறகு இந்தியா காங்ரஸ் என்பது 1885-ம் ஸ் ஏற்பட்டது. இந்த காங்ரஸ் உற்பத்தியானதற்கு காரணஸ்தர் அவர்தா னென்று கர்னல் ஆல்காட் தன்னே சொல்லிக்கொள்வார்.

இந்தியா காங்ரஸில் மிக தனவந்தரும் மேதாவியருமே இருந்து நடத்தி அரசாட்சியை கைப்பற்றவேண்டுமென்னும் நோக்கத்துடன் பேசியும் நட வடிக்கை நடத்தியும் வந்தார்களேயொழிய கோடி கணக்காய் இந்தியாவில் தாழ்த்தப்பட்டும் மிக எழ்மைத்தனத்திற்குள்ளாக்கப்பட்டுமிருக்கும் தங்கள் தேசத்தவர்களின் முன்னேற்றத்தை எவ்வளவும் நினைத்தார்களில்லே. அத னூல் காங்ரஸ்காரரிடம் வெறுப்பும் எதிர்ப்பும் தாழ்த்தப்பட்டாருக்குண்டாகிக் கொண்டிருக்கின்றன. 1904-ம் ஸ் சிவில் சர்வீஸ் பரீகூஷ இந்தியாவிலும் நடைபெறவேண்டுமென பார்லிமென்ட்டுமுன்பாக காங்ரஸ்காரர் கொண்டு போன மசோதாவை தாழ்த்தப்பட்டார் எதிர்மறுத்து வென்றிபெற்றார்கள். 45 வருஷங்களாக காங்ரஸ்காரரோடு தாழ்த்தப்பட்டார் வாதம் தொடுத்து கொண்டிருக்கிறார்கள்.

1918-ம் ஸ் திரு. காந்தி அவர்கள் வெளி கிளம்பி அவரும் அவர் சார்பா யுள்ளவர்களும் தீண்டாமையை யொழிக்கவேண்டுமென ஜாதி இந்துக்களிடம் இருபது வருஷத்களாய் கிளர்ச்சிசெய்து வருவது கானதத்தே பெய்யும் மழை போலிருக்கிறது. திரு. காந்தி அவர்கள் காங்ரஸ்-க்கு கற்பிக்கும் மேல்திகாரி யாக விளங்குகிறார். தீண்டாமையை யொழிக்கவேண்டும் என்னும் இயக்கத்தை பரவச்செய்துவருகிறார். தீண்டாமையை யொழிக்கவேண்டுமென்று சொல்ல ஜாதி இந்துக்கள் கா திரும்பியிருக்கிறதேயொழிய அவர்கள் மனம் திரும்ப வில்லே. தாழ்த்தப்பட்டாரில் ஒரு நிலா சொல்லுவது : "தீண்டாமை என்னும்

திவான் பஹதூர் இரட்டைமலை ஸ்ரீனிவாசன்—1893.

பேய் ஜாதி இந்துக்களே பிடித்தாட்டுகிறது. தாங்களே அதை ஓட்ட முடி யாது. நாங்கள் தடியெடுத்தால் ஒரு வருஷத்திற்குள் நாட்டைவிட்டு துறத்தி விடுவோம். கலகம் பிறந்தால் நியாயம் பிறக்கும்''. சலகம் கொடிய துன்பத் திற்குள்ளாக்கும், அதினின்று மீள வெகு நாள் செல்லும் என்பேன். விரோதமும், வெறுப்பும், மமதையும் பாவமானவைகள். அரசியல் தந்திரங் களையறிந்து ஆட்சியை கைப்பற்றும் முறையை நாடி உழைப்பதே உபாயம். அதற்கு ஆதி திராவிடர் சமூகத்தை வலிவுசெய்யவேண்டும் ஆட்டுக்கடாக்கள் சண்டையில் புகுவதும், ஆடு நீனகிறதென்று குந்தி அழுவதும் மந்தையில் பாய்ந்து கொள்ளூயாடுவெதுமான ஜாதி இந்துக்களேக் காண்கிறேம். இவர் களே அகட்டியும், பதவிக்கும் பணத்திற்கும் சமூகத்தை வஞ்சிப்பவர்களே வழிப்படவும் செய்யவேண்டும். காங்கிரஸ்காரரும் ஜாதி இந்துக்களும் சுயராஜ்ய முறையில் ஆட்சி நடத்திவருகிறார்கள். இன்னும் பூரண சுயராஜ்யம் பெற பாடுபடுகிறார்கள். அவர்களைத கைப்பற்றுமுன் எதிர்மறுத்து நின்று ஆதி திரா விடர்கள் தங்கள் சமூகத்தை வலிவுபடுத்தி தீவிரமாக கரையேறவேண்டும். நஷ்டமும் கஷ்டமூழும் தங்களுக்குண்டாகுமென ஜாதி இந்துக்கள் உணரும்மட்டும் தாழ்த்தப்பட்டாருக்கு வழிவிடமாட்டார்கள் என்பது என் அனுபவம். நாம் சமூகத்தைத ஆதரித்து சமூக சேவை செய்யவேண்டும்.

திரு காந்தி அவர்கள்.

திரு காந்தி அவர்களேக் கல்வியாளரும் கனதனவான்களும் எப்பவும் சூழ்ந்திருப்பார்கள். 1895-6-ம் வருஷத்தில் பச்சையப்பன் கலாசாலேயிலும் 1902-ம் வருஷம் கீழ் ஆபிரிகா, ஜான்ஸிபார் தீவிலும் இவர் உபநியாஸத்தைச் கேட்டிருக்கின்றேன். தென்னுப்பிரிகா பீனிக்ஸ் என்னுமிடத்தில் அவர் உப வாசமிருந்து முடிவான பத்தாம் நாள் அவரைக் கண்டேன். என்னே உப சரித்து அன்பு பாராட்டினூர். அன்றுமுதல் அவர் சிநேகம் எனக்குண்டாயிற்று. அது 1906-ம் வருஷத்திலிருக்கலாம். அவர் இந்தியா திரும்பியதும் தீண்டா மையைப்பற்றி கிளர்ச்சிசெய்தார். 1920-ம் வருட ஒரு பகிரங்க கடிதம் எழுதி னேன். அதை ஒரு சிறு புத்தகரூபமாய் பிரசுரித்தேன். வட்டமேனு மகா நாடு நடந்தபோது பலதரம் சந்தித்தேன். தனித்தொகுதி தாழ்த்தப்பட்டாருக்கு கொடுக்க அவர் உயிர்போனுலும் விடமாட்டேன் என்று வாதம் தெடுத்தார். தாழ்த்தப்பட்டாருக்கு தனித்தொகுதி கொடுக்கப்பட்டது. பூனுமீசந்து எரா வாடா சிறைச்சாலேயிலிருக்கும்போது தாழ்த்தப்பட்டாருக்கு தனித்தொகுதி யேற்பட்டால் தன்னுயிரை மாய்த்துக்கொள்ளுவதாக உண்ணுவிரதம் ஆரம் பித்தார். சிறைச்சாலேயில் மூன்றுதரம் கண்டேன். வாதாடி வென்றி பெரு வதை இவர் தவிர்த்து உண்ணுவிரதமிருப்பது வீரத்தன்மைய யிழந்து இரங் கத்தைத்தேடவேண்டியவராளுர் என்பதைக்கண்டு என் மன திரங்கி பூனு ஒப் பந்தத்தில் கையொப்பமிட்டேன். அவருக்கு அசரீரி கேழ்ப்பதைப்பற்றி அடிக்கடி பிரஸ்தாபிப்பார். அசரீரி வாக்கை காணும் கேட்டிருக்கின்றேன். அநேகர் கேழ்க்கும் அருள்பெற்றிருக்கிறார்கள். அதைப் பிரஸ்தாபிக்கக்கூடா தென்று பத்திரிகை வாயிலாய் வெளியிட்டேன். அவர் சென்னே வந்தபோது அவருடன் நான் சம்பாவித்ததைச் சிறு புத்தகரூபமாய் வெளியிட்டிருக்கி றேன். தாழ்த்தப்பட்டார் சார்பாக பல லகூழம் கணக்கான பணத்தை கௌலித்து அவர்கள் பிள்ளைகள் கல்விக்காக செலவழித்தார். தீண்டாமையை ஒழிக்க

20 வருடங்களாக அவர் கிளர்ச்சிசெய்துவந்தும் ஜாதி இந்துக்களின் கல்மன இனின்று நாருரிக்க அவரால் முடியவில்லே. தாழ்த்தப்பட்டாரை ஹரிஜன கள் என்று இவர் பெயர்சூட்டி அழைத்துவருகிறார். "ஹரிஜனம்" என்னு மோர் பத்திரிகையும் பிரசுரம்செய்து வருகிறார். அவர் மனம்போனப யேதேதோ எழுதிவருகிறார். அலைவகளில் பெரும்பாலும் தாழ்த்தப்பட்டா அபிப்பிராயமல்லவென்றே சொல்லலாம். அது தன்னயேதேட்டம். அவர் அசரீரி வாக்கைக் கேட்டறியும் அருள் பெற்ற ஒரு நல்ல ஆத்மா!

என் இல்வாழ்க்கை.

நான் கடனுக்காளாகாமலிருந்து வருவதும், எதிர்த்து பேசாத என் பிராணேசியின் சாந்த குணமும், சமூகத்திற்குழைக்க எனக்கு சாத்தியமா யிருந்தது. இதைச் சென்னே ஓட்டேரி மயானத்தில் அவர் சமாதிக் கல்லில் குறித்திருக்கின்றேன்.

முடிவுரை.

பத்திரிகை பிரசுரிக்க நான் ஆரம்பித்தபோது வயோதிகமான பெரி யோர்கள் என்னைக்கண்டு ஆசீர்வதிக்கும்போது "அப்பா! நீர் விதைத்த விதை புளியம் விதைப்போல் வேரூன்றி, பெரும் விருட்சமாகி, பலமாய் மோதி அடிக்கும் பெரும் புயல் காற்றுக்கு வளைந்து கொடுத்து, செழித் தோங்கி, பயன் தருவதுபோலாகும்; மற்ற விருட்சங்கள் புயல் காற்றை எதிர்த்து வளையாமல் முறிந்து கெடும்" என்றூர்கள். கடல் கொந்தளிப்பில் பெரும் அலைகள் ஒன்றின்பின் ஒன்றுக மோதி தாக்குவதுபோல் இதர சமூ கத்தவர்களான ஜாதி இந்துகள் இச்சரித்திரத்தில்கண்ட ஐம்பது வருடகாலத் தில் தாக்கியத் தாக்குதலுக்கெல்லாம் வளைந்து கொடுத்து அவர்களிடம் வெறுப்பு, விரோதம், தேசத்தில் கலகம் முதலியவைகளுக்கு இடங்கொடாமல் இராஜ விசுவாசிகளாய் கிராமங்களில் குடியானவர்களாக இருக்கும் இச்சமூ கத்தார் மண்ணைக்கிளரி தேசமக்களே போஷித்து வருவதோடு, விகாரண தோன்ற தோன்ற விருத்திபெற்று, தேசத்திலுள்ள உரிமைகளில் விசேஷ மான வாக்குரிமையின் வலியையைத்தெரிந்து, தங்கள் கரத்கிலிருக்கும் தாத துக்கோளாட தங்கள் சுயமுயற்சியால் செங்கோலுமேந்தி செழித்தோங்கு வார்கள். இச்சமூக மக்கள் இனி வருங்காலத்தில் நாட்டிற்கு நல்லதோர் ஊன்றுகோலாக வலுக்க இறைவன் அருள் புரிவாராக.

அநுபந்தம் 1

சிவில் சர்விஸ் பரீட்சைக்கு எதிர் மறுப்பு.

க்ரேட்பிரிட்டன், ஐயர்லாந்து பார்லியமெண்டிலுள்ள மகா கனந்தங்கிய காமன்ஸ் என்னும் சபையாருக்கு.

சென்னையிலும் அதைச்சார்ந்த சுற்றுப்புறங்களிலும் வசிக்கும் பறையர் என்னும் வகுப்பினர் பகிரங்க சபையாகக்கூடி அதிவிநயமாய்த் தெரிவித்துக் கொள்ளும் விண்ணப்பமாவது :—

இச்சென்னை ராஜிதானியில் இப்பொழுதாகியிருக்கும் குடிமதிப்பின் பிரகாரம் தென்னிந்தியாவிலுள்ள பிரஜைகளின் மொத்தத் தொகையில் சற்றே மக்குறைய 90 லக்ஷம் அல்லது 100-க்கு 25 வீதமாகக் கணக்கிடப்பட்டிருக்கும் பறையர் என்னும் வகுப்பினருக்கு பிரதிநிதிகளாகிய தங்கள் விண்ணப்பதாரிகள் தங்கள் கனம்பொருந்திய சபை சமூகத்துக்கு முன் ஜான் ரல் செஸ்லி என்னும் பிரபுவானவர் கொண்டவர்திருக்கும் முகமதிய பிரஜைகளின் விண்ணப்பத்திற்கொத்ததாய், ஏகக்காலத்தில் சிவில் சார்விஸ் பரீட்ஷையானது இந்தியாவிலும் இங்கிலாந்திலும் நடத்தெரிவரப்படாது என்பதை ஊர்ஜிதப்படுத்துகிறார்கள். அதை எப்படி ஊர்ஜிதப்படுத்துகிறார்க ளொன்றுலோ சிவில் சார்விஸ் பரீக்ஷையானது ஏகக்காலத்தில் இந்தியாவிலும் இங்கிலாந்திலும் நடத்தப்படவேண்டுமென்னும் எற்பாடானது இறிந்துக்களில் வங்காளிகள் பிராமணர்கள் என்னும் இரு வகுப்பினர்கள் கொள்னும் உயர் பதவியான உத்தியோக அபேக்ஷையை வெளியிடுவதாகவே தோன்றும். இந்த அபேக்ஷையை சுதேச பத்திரிகைகள் காத்தும் பேசுகின்றன. இது ராஜாங்கத்தில் ஆங்கிலேயர் மாத்திரம் சிறந்த சில உத்தியோகங்களே ஒப்புக்கொள்ளச்செய்யும். சிவில் சார்விஸ் உத்தியோகங்களினின்று அவரவர்களே திரீங்கச்செய்து கடைசியாய் அந்த உத்தியோகங்கள் அனைத்தையும் ஹிந்துக்களே கைப்பற்றிக்கொள்ளச்செய்யும் மேற்கண்ட நியாயங்களினும் இன்னும் பல நியாயங்களினும் இந்த எற்பாடு நிவாரணிக்கப்படத்தக்கதா யிருக்கிறது.

சீர்திருத்த நிலைமைக்குக் கொண்டுவரப்படவேண்டியவர்களாயிருக்கிற பறையர் தற்காலத்திலும் மூற்காலத்திலும் நீட்டும் கொடுங்கொன்மையான அடிமைத்தனத்திலிருந்து வருவதற்கு முதற் காரணஸ்தர்கள் பிராமணர்களே. ஆங்கிலேயரோடு பிராமணர்களே ஒப்பிட்டுப்பார்க்கில் நன்னெறி விஷயங்களில் பிராமணர்கள் கேவலஸ்தராவார்கள். தற்காலம் இந்த பிராமணர்கள் மாத்திரமே மேல் உச்சமாய் உயர்தர பதவிக்கு வரும் பரீட்சையில் தேறுகிறவர்களாவார்கள் என்னும் நோக்கம் தங்கள் விண்ணப்பதாரர்களுக்குத் தீர்க்கமாய்த் தெரிந்திருக்கிறது. தேசபிரமாணத்திற்கேற்றபடி பறையருக்கும் இந்த எற்பாடு ஹானியை விளைவிக்கும். பறையர்களென்னும் இந்த வகுப்பினர் விவசாயத்தொழில் செய்துவருபவர்களுக்குள் பெரும்பாலும் மேல் உச்ச மானவர்கள். பல தேசத்தார்களுக்குள் இருக்கிறபிரகாரமாய் விவசாயத் தொழில் செய்துவரும் பறையர் இந்தியாவில் ராஜாங்கத்தவர்களுக்கு ஊன்று கோலாயிருந்தே வந்திருக்கிறார்கள். ஆகையால் பவுல் என்னும் துரை தங்க ளது சனந் தங்கிய சமூகத்தில் கொண்டுவந்திருக்கும் இந்த நூதன எற்பாட் டைத் தடுக்கப் பிரார்த்திக்கின்றார்கள்.

வெளி ஜில்லாக்களில் மேல் ஜாதியாரின் பிள்ளைகள் படித்துவரும் கிராம பாடசாலைகளில் பறையரின் பிள்ளைகள் படிக்க இடமற்றிருக்கிறார்கள். உயர்ந்த ஜாதியார் குடியிருந்துவரும் கிராமங்களின் வீதிகளில் கிராம கன்று காலிகள் நடமாட பாதைவழியிருந்தும் பறையர் நடமாட பாதைவழி கிடையாது. ஊரார் தண்ணீர் மொண்டுகொள்ளும் நீர்நிலைகளில் இவர்கள் தண்ணீர் மொள்ளப்படாது கிராமக் குடிகள் பல விஷயங்களிலும் இவர்களே ஜனங்கத்தினின்று அப்புறப்பட்டிருக்கும் குஷ்ட ரோகிகளைப்போல் எண்ணி வருகிறார்கள். சிவில் சர்விஸ் பரீகூஷயானது இவ்விசத்தன்மையுள்ளவர்களால் புளிப்பாக்கப்படுவதை பறையர் பார்த்து பீதி கொள்வதுமன்றி அவர்கள் தங்களுக்கு இயல்பிலே விரோதிகளாயிருக்கிறார்கள் என்றுங் காண்கிறார்கள். இதற்கு அவர்களுக்கு நியாயழுண்டு. காலதுமட்டும் காணப்படும் சாகூஷியங்களால் இது திருஷ்டாந்தப்படும். அவர் அவர்களுக்குரித்தான தற்சுயாதீனத்தை பாராட்டிக்கொள்ள இடந்தரும் இந்த ஆங்கிலேய துரைத்தனத்திலும் சிலர் செறுக்கின் மமதைகொண்டு நடக்கும் இக்காலத்திலும் தங்கள் அக்கியானத்தை அகலவிடாமல் பாரம்பரியமாய்த் தங்களுக்குண்டாயிருக்கும் கொடுமையிலும் திராகிரதத்திலும் அணுவேனும் அகலவிடாமல் அவைகளில் பற்றுறவுகொள்வதினால் நிலத்துக்கே அடிமை மக்களாய் பிறந்த பறையர்கள் இந்கியா ராஜாங்கத்தில் உதவியற்று நிர்பந்த நிலைமைக்குள்ளிருக்கிறார்கள். இந்த துரைத்தனமே சன்மார்க்கமாக, ஜனங்க, ராஜீக விஷயங்களில் காணுங் குறைவுகளை கூர்ந்து அவைகளைப் பரிபாலிக்கின்றது.

தொன்றுதொட்டுவந்த நடபடிக்கையை அனுசரித்து நடக்கும் சுய தேசத்தான் ஒருவனைப் பார்க்கிலும் மேல் ஜாதியான் சிவில் உத்தி போகஸ்தன் ஒருவன் கல்விவாசனையினால் அதிக கிருபையும் அநுதாபழுமுள்ளவனுப்யிருப்பானென்றும் மேல் போக்கான நியாயங்களைப் பாராட்டினுலுங்கூட தங்களது விண்ணப்பதாரர்கள் ஆங்கிலேயர் மாத்திரமே உத்தியோகங்கள் செய்ய அதிக தகுந்தவர்களென்று மதிப்பிகினுல் அவர்கள் பரிபாலனத்தின் கீழ் வாழவே அதிக மனங்கொண்டவர்களாய் யிருக்கின்றார்கள். ஏனென்றால் அவர்கள் பட்சபாதமில்லாதவர்கள், பாரம்பரியமாயுண்டாயிருக்கும் சுகுணங்களைப் படைத்தவர்கள், இந்த சுகுணங்களை தங்கள் ஜாதியாருக்குச் சொந்தமாகப் படைத்தவர்கள். இந்த லகூஷணங்களை இவர்கள் பொருந்தியவர்களாயிருப்பதினுல் பல வகுப்பினரான இந்து தேச பிரஜைகளே இவர்கள் மாத்திரமே ஆளும் யோக்கியதையையுடையவர்களாயிருக்கிறார்கள்; ஆனல் பிராமணர்கள் எப்படிப்பட்டவர்கள் என்றுலோ அவர்கள் பாரம்பரியத்திற்குச் சார்பான நினைவுகொண்டவர்கள், மூட மானுஷிமான வழக்கமுடையவர்கள். இவ்வித லகூஷணங்கள் அவர்களுக்குள்ளது உண்மையே. பல்லாண்டாய் எந்த மூக்காடாய் மாத்திரமிருக்கிறது. பழமொழியொன்றை நெப்போலியன் சொல்லியிருக்கின்றூர்:— "ரஷ்யனை கூறண்டி குளிப்பாட்டினுலும் தார்க்கத்தாரியருகத்தானிருப்பான்," "பிராமணனுக்குள்ள நிறைபோன்ற மேற்கத்திய கலக்கியானத்தை ஏக்கிவிட்டால் காண்கிறபடி வண்டல்தான். பிராமணன் ஒரு பட்சத்தில் சக்கரவர்த்தினி யவர்களின் பிரஜைகளில் மிகவும் நிர்பாக்கிய நிலைமையிலிருந்துவரும் பறையர்களைச் சீர்படுத்தி மற்ற ஜாதியாருக்கும்

அந்தஸ்திற்குச் சமமாய்க் கொண்டுவருவதற்கு தகுதி என்று கண்டு அங்கீகார மாகி செய்துவரும் பிரயத்தனங்கள் முழுவதும் வியர்த்தமாகாவிடினும் பிரயத் தனிக்கிறவர்கள் மனங்கலங்க அருவியமான தடையாகிலும் உண்டாகும். மேலும் பிராமண உத்தியோகஸ்தன் ஜாதிவேற்றுமைக்கும் அதைப்போ லொத்த மற்றநேக விஷயங்களுக்கும் சார்ந்தவனுபிருப்பதினூல் பல விஷயங் களிலும் இப்புறையர்களுக்கு ஈஷ்டம் வருவிப்பான். இது பிராமணரின் பூர்வ கடபடியினூல் விதிதமாகிறது. ஆகவே நாகரீகம்பொருந்திய ஆங்கிலேய ராஜரீகத்தார் பறையருக்கு நன்மையுண்டாக வேண்டுமென்று அவனே வற் புறுத்திறெலொழிய அவன் சுதாவாய் பறையருக்கு நன்மை செய்யான். ஆங்கி லேயரே இந்திய அரசாட்சி என்னுஞ் சகடத்திற்குச் சுள்ளாணியாயிருக்கி ரூர்கள்.

மேற் காட்டிய விஷயம் மனோபாவனையாய்ச் சொல்லியதல்ல. வெளி ஜில்லாக்களின் நாட்டுப்புறங்களில் ஜாதி வித்தியாசம் கட்டுப்பாடு இன்னும் முதன்மைபெற்று கொடுமையாய் நடக்கிறது. அறிவீனமான நாட்டுப்புற வாசிகள்தான் இப்படி நடந்துவருகிரூர்களென்று எல்லோருக்கும் தெரிந் திருக்கிறதுமல்லாமல் இந்த ராஜதானியின் தலாநகரமாகிய சென்னையிலுள்ள பச்சையப்பன் கலாசாலை என்னும் சிரேஷ்ட வித்தியாசாலையிலும் பறையர் பிள்ளைகளே சேர்க்கப்படாதென்று கட்டோடே விலக்கியிருக்கிறதும், விசேஷ பிராமண அக்ராகாரமாகிய மைலாப்பூர் என்னும் கிராமமொன்றிருக்கிறதும். அதில் விசேஷித்த பிராமண வீதியொன்றிருக்கிறதும், அந்த வீதி சென்னை ஹைகோர்ட் பிராமண நீதிபதியின் கிரஹத்திற்கு எல்லே மாலாயிருக்கிற தும் அந்த வீதியில் விளம்பர பலகையொன்று தொங்குகிறதும், அந்தப் பலகையில் "பறையர் வரக்கூடாது" என்று கண்டிருக்கிறதும் அப்படி வந் தால் பறையர் நிந்தனைக்கும் தண்டனைக்கு முள்ளாவார்கள் என்றும் கண்டிருக் கிறதும் தெரிந்திருக்கிறது.

சுருக்கமாயும் முடிவுரையாயும் சொல்லப்போளுல் பறையர் ஆங்கிலே யர் தாமே நீதி செலுத்தி ஆளுவதில் திருப்தி கொண்டிருக்கிரூர்கள். பவுல் என்னும் துரையின் எற்பாடு சித்திப்பெறுமேயானுல் பிராமணர்களே ஜிவில் சர்விஸ் உத்தியோகங்களைப் பெருவார்கள். அவர்கள் நீதி செலுத்தும் விஷ யத்தில் ஆங்கிலேய உத்தியோகஸ்தர்களுக்குச் சுத்தமாய்ச் சரியொத்தவர்களே யல்ல. பிராமணர்கள் ஜிவில் சர்விஸ் உயர்பதவி யடைந்தால் பறையர்களே வெருவாய் ஹிம்சைக்குள்ளாவார்கள். காரியமிப்படி யிருப்பதால் யதாபலத் தைப்பற்றியும், தொழில் முயற்சியைப்பற்றியும், புருஷத்துவத்தைப்பற்றியும் சீர்பெருந் தன்மையைப்பற்றியும் பட்சபாதமின்றிக் கண்டரிந்தவர்கள் சொல் லிய சாக்ஷியத்தை வகித்த மனுதார்கள் பறையர்களாகிய இவர்களின் பொருட்டாய் பவுல் என்பவரின் எற்பாட்டை நிவர்த்தி விடும்படி கனந்தங் கிய தங்களது சபையாரைப் பிரார்த்திக்கின்ரூர்கள். இப்படி நிவிர்த்திப்பது நிந்திரார்வர்தன் என்னும் பூதமொன்று செய்யும் உபத்திரவங்களின்று பறை யரை காப்பதாகும். எவ்வளவுக்கு எவ்வளவுகாலமாய் இந்தப் பூதம் நீங்காமல் இருக்கிறதோ அவ்வளவுக்கவ்வளவுகாலம் அது சென்ற காலங்களில் உபத்திர வம் செய்ததுபோலவே வருங்காலங்களிலும் உபத்திரவஞ் செய்யும். ஆங்கி லேய அரசாட்சிக்கு தூர் பேருண்டாக்கும். வித்தியாவிஷய பரிபாலனத்தால் விர்த்தி யடையவேண்டியவர்களாயிருக்கிற ஜாதியாரொன்றின் விருத்தியை

இது தடுக்கும். பண்டைநாள் முதல் நாளதுமட்டும் இழிவான அடிமைத் தனத்தின் பற்களில் நசுங்கிய பறையரை நீக்கி அவர்களின் ஜீனாங்க நிலை மையை விர்த்திபண்ணவே இவர்கள் தேச சீர்தேற்றத்தில் புது உயிரடைந்து பங்காலானபடி மகாபலத்த ஜாதியாராவார்கள். மேலும் பலத்த ராஜ ராஜாக் கள் வாழும் ஆங்கிலேய ராஜ்ஜீகத்தில் ஆங்கிலேயருக்கு இவர்கள் பலத்த திரு கங்களாவார்கள்.

இப்படிப்பட்ட உதவிக்குக் கடமைப்பட்டிருக்கிற தங்கள் விண்ணப்ப தாரர்கள்.

அநுபந்தம் 2

1925-ம்வரு ஜனவரிமீ 27-உயுள்ள போர்ட் ஸெய்ன்ட் ஜார்ஜ் கெஜெட் I. A. பாகத்தின் ஸப்ளிமென்டாய் பிரசுரிக்கப்பட்ட விளம்பரமானது திருத் தப்பட்டு 1925-ம்வரு எப்ரல்மீ 28-உயுள்ள ஒடி கெஜட்டில் பின் வருமாறு பிரசுரிக்கப்பட்டிருக்கிறது.

போர்ட் ஸெய்ன்ட் ஜார்ஜ், 1924-ம்வரு ஸெப்டம்பர்மீ 25உ (2660-ம் சி. L. & M. கவர்ண்மென்ட் உத்தரவு.)

சி. 1009.—1924-ம்வரு ஆகஸ்ட்மீ 25உ சட்ட நிரூபண சபையார் சபை கூடினபோது, அடியிற்கண்டபடி தீர்மானம் செய்தார்கள்:—

இந்தத் தீர்மானமானது ராவ் பஹதூர் ஆர். ஸ்ரீனிவாசன் அவர் களால் சபைக்குக் கொண்டேவரப்பட்டது.

1. [9] "இந்த சபையார் கவர்ண்மென்டாருக்கு அடியிற்கண்டபடி ஒபாரிசு செய்கிறார்கள்; அதாவது:—

(a) எந்த வகுப்பையாவது சமூகத்தையாவது சேர்ந்த யாதொரு பறா சிலும், நபர்களாகிலும் யாதொரு பட்டணம் அல்லது கிராமத்திலுள்ள எந்த பொது ரஸ்தா, தெரு அல்லது கால்வழி மார்க்கமாகவாயினும் நடப்பதற்கு ஆட்சேபினை இல்லை யென்பதும்,

(b) இந்த தேசத்திலுள்ள ஜாதி இந்துக்கள் எம்மாதிரியாகவும் எவ்வ ளவுமட்டிலும் யாதொரு சர்க்கார் ஆபீஸைச் சேர்ந்த வளவுக்குள் போக லாமோ, யாதொரு பொதுக்கிணறு, குளம் அல்லது பொது ஜனங்கள் வழக்க மாய்க் கூடும் இடங்களை உபயோகிக்கலாமோ அல்லது பொதுவான வேலை லாமோ அம்மாதிரியாகவும், அவ்வளவு மட்டிலும், தாழ்த்தப்பட்ட வகுப்பு களைச் சேர்ந்த யாதொரு நபர் போவதற்காவது, உபயோகிப்பதற்காவது ஆட்சேபினை இல்லையென்பதும்,

கவர்ண்மென்டாரின் கொள்ளையாகுமென்று அவர்கள் ஸ்பஷ்டமாய் தப்புக்கொண்டு அந்தப்படி பிரசித்தப்படுத்தவேண்டும்."

இந்தத் தீர்மானத்தை கவர்ண்மென்டார் ஒப்புக்கொண்டிருக்கிறார்கள். ஆகவே, இது சகல பிரதேச அதிகார சபைகளுக்கும், இலாகா தலைவர்களுக்கும் சங்கதி தெரியும்பொருட்டும் அவர்கள் இதை அனுசரித்து நடந்துகொள்ளும்பொருட்டும் அவர்களுக்குத் தெரிவிக்கப்படுகிறது. ஸி. பி. காட்டோல், கவர்ண்மென்ட் ஸெக்ரெடரி.

மேற்கண்ட தீர்மானத்தின்படி லோக்கல் போர்டு டிஸ்டிரிக்டு மூனிசிபாலிட்டி சட்டங்கள் பின்வருமாறு திருத்தப்பட்டன.

லோக்கல் போர்டுகள்.

1920-ம் வருஷம் 14-வது ஆக்டானது 1927-ம் வருஷத்து 1-வது ஆக்டின்படி திருத்தப்பட்டபடி, 157A பிரிவு:—பொதுவான பாட்டை வழியாய்ப் போகிறவர்களைத் தடுப்பவருக்கு விதிக்கக்கூடிய அபராதம் ரூ. 100

1920-ம் வருஷம் 14-வது ஆக்டானது 1930-ம் வருஷம் திருத்தப்பட்டபடி ஷி 11-ம் அத்தியாயம் 167-வது பிரிவு:—லோக்கல்போர்ட் மார்க்கட்டுகளுக்குள் போகிறவர்களைத் தடுப்பவருக்கு விதிக்கக்கூடிய அபராதம் ரூ. 100

1920-ம் வருஷம் 14-வது ஆக்டானது 1933-ம் வருஷம் 23-து ஆக்டால் திருத்தப்பட்டபடி 126A பிரிவு:—பொதுவான கிணறு, குளம் முதிலியவைகளை உபயோகிக்கையிலும் அனுபவிக்கையிலும் தடுப்பவர்களுக்கு விதிக்கக் கூடிய அபராதம் ரூ. 100

டிஸ்டிரிக்ட் மூனிஸிபாலிட்டிகள்.

1920-ம் வருஷத்து 5-வது ஆக்ட் 1930-ம் வருஷம் அக்டோபர்மீ 1டெ வரையில் திருத்தப்பட்டபடி 180A பிரிவு:—தெருவை உபயோகிக்கையில் தடுப்பவருக்கு விதிக்கக்கூடிய அபராதம் ரூ. 100.

ஷி. ஆக்ட்டுகள் 227 பிரிவு:—கிணறு குளங்களை உபயோகிக்கையில் தடுப்பவருக்கு விதிக்கக்கூடிய அபராதம் ரூ. 100

ஷி. ஆக்ட்டுகள் 259பிரிவு:—மார்க்கட்டுகளை உபயோகிக்கையில் தடுப்பவருக்கு விதிக்கக்கூடிய அபராதம் ரூ. 100

மேற்கண்ட சட்டங்களை ஒரு சிறு புத்தக ரூபமாய் அச்சிட்டிருக்கின்றேன். வேண்டியவர்கள் தபால் கூலி உட்பட ஒரு அணை அனுப்பி பெற்றுக் கொள்ளலாம்.

மலையாளத்தையடுத்த பாலகாடு தாலுக்காவில் கல்பாத்தி என்னுமோர் பார்ப்பன சேரியிருக்கிறது. அதற்குள் பார்ப்பனரல்லா யெவரும் போகக்கூடாதென்று ஐகோர்ட்டும் அதற்குமேலுள்ள பிரிவி கவுன்சல்மட்டும்போய் உத்தரவு பெற்றிருந்தார்கள். பார்ப்பனரல்லா டாக்டரும் வியாதியஸ்தரை காண வேணுமானல் குதிரைமேல்போய் வரவேண்டுமொம். அந்த பார்ப்பன சேரியையடுத்த கிராமத்திலிருக்கும் இழிஞ்சர் என்னும் தீண்டப்படா சமூகத்தவரில் சிலர் சட்டசபையில் நான் கொண்டுபோன தீர்மானத்தின்படி சட்டமேற்பட்டிருப்பதை வாசித்தறிந்து மேற்படி பார்ப்பன சேரியில் ஆலய உற்சவம் நடந்தபோது சேரிக்குள் பிரவேசித்தார்கள். அவர்களை பார்ப்பனர் அடித்து துரத்தி மாஜிஸ்டிரேட்டு கோர்ட்டில் பிராது செய்தார்கள். விசாரித்து பிராது

தள்ளிவிடப்பட்டது. பார்ப்பனர் சென்னை ஐகோர்ட்டுக்கு அப்பீல் செய் தார்கள். லோக்கல் போர்டு முனிசிபாலிடியால் பராமரித்துவரும் எல்லெ, தெரு, பாதை முதலியவைகள் பொது ஜனங்களால் உபயோகிக்கப்படலாம் என்று தீர்மானமாயிற்று. இப்போது சகலரும், பார்ப்பன சேரிக்குள் பிர வேசிக்கிறார்கள். பொதுவான கிணறுகள் குளங்கள் பாட்டைகள் சத்திரங் கள் கட்டிடங்கள் முதலியவைகளே சகலரும் உபயோகிக்கலாம் என்று நான் பிரசுரித்திருக்கும் சிறு புத்தகத்தை அதிகாரிகளுக்கு காட்டி நாட்டிலுள்ள தாழ்த்தப்பட்டார் இப்போது பலயிடங்களில் சௌக்கியங்களே அனுபவித்து வருகிறார்கள்.

அநுபந்தம் 3

பூஜ ஒப்பந்தம்.

வட்டமேஜை மகா நாட்டில் தாழ்த்தப்பட்டார் பிரதிநிதிகள் தங்கள் சமூகத்தவர்களுக்கு தனி தொகுதி வேண்டுமென்றார்கள். காந்தி அவர்கள் எதிர்த்து கூட்டு தொகையில் தாழ்த்தப்பட்டார் சேர்க்கப்பட வேண்டும் என் றார். தனி தொகுதியில் 18 ஸ்தானங்கள் தாழ்த்தப்பட்டாருக்கு கொடுக்கப் படவேண்டுமென தீர்மானமாயிற்று. இந்தியா திரும்பிய பிறகு காந்தி அவர் கள் உண்ணுவிரதமிருந்து கூட்டு தொகுதிவேண்டுமென்றார். தாழ்த்தப்பட் டார் பிரதிநிதிகளும் இந்து சமூக பிரதிநிதிகளும் கூடி ஆலோசித்து இந்துக் கள் தங்கள் ஸ்தானங்களிலிருந்து பன்னிரண்டு ஸ்தானங்கள் சட்டசபையில் தாழ்த்தப்பட்டாருக்கு கொடுத்து கூட்டுதொகையில் சேர்த்துக்கொள்ள வேண்டுமென தீர்மானமாயிற்று. அதனால் தாழ்த்தப்பட்டாருக்கு சென்னை சட்டசபையில் பதினெட்டிலிருந்து முப்பது ஸ்தானங்களாயின. ஒப்பந்தம் பத்து வருஷங்கள் மட்டுந்தான். 1932ஆம் செப்டம்பர்மீ 24உ ஏற்பட்டது.

ஒப்பந்தத்தின் விவரம்.

ஒடுக்கப்பட்ட வகுப்பினருக்குச் சட்ட சபையிலிருக்கவேண்டிய பிரதி நிதித்துவ விஷயமாகவும், அவர்களது கேஷமசம்பந்தமான வேறு சில விஷயங் களைப்பற்றியும், அவர்கள் சார்பாக வேலை செய்யும் தலைவர்களுக்கும் இந்த சமூகத்திலுள்ள இதரர்களுடைய தலைவர்களுக்கும் பின் கண்ட உடன்பாடு ஏற்பட்டிருக்கின்றது :—

மாகாண சட்ட சபைகளிலுள்ள கூட்டுத் தொகுதிப் பதவிகளில் ஒடுக் கப்பட்ட வகுப்பினருக்குப் பின் கண்டபடி பதவிகள் ஒதுக்கப்படும்.

சென்னை	...	30
சிந்துவுடன் கூடிய பம்பாய்	...	15
பஞ்சாப்	...	8
பீஹார் ஒரிஸா	...	18
மத்திய மாகாணம்	...	20
அஸ்ஸாம்	...	7
வங்காளம்	...	30
ஐக்கிய மாகாணம்	...	20
மொத்தம்	...	148

பிரதம மந்திரியின் தீர்ப்பில் மாகாண சட்ட சபைகளிலிருக்குமென்று அறிவிக்கப்பட்டுள்ள பதவிகளின் மொத்தத் தொகையை ஆதாரமாகக் கொண்டே இந்தக் கணக்கு தயாரிக்கப்பட்டிருக்கின்றது.

தேர்தல் முறை.

(2) இப்பதவிகளுக்குக் கலப்புத்தொகுதி மூலம் தேர்தல் நடக்கும். ஆனால் அத்தேர்தல் பின் கண்ட முறைக்குப்பட்டு நடக்கும்:—ஒரு தொகுதியி லுள்ள பொது வாக்காளர் ஜாப்தாவில் வாக்காளராகப் பதிவு செய்யப்பட்டிருக் கும் ஒடுக்கப்பட்ட வகுப்பு மெம்பர்களெல்லாம் ஒரு வாக்காளர் (ஓட்டர்) கோஷ்டியாக இருப்பார்கள். இந்தக் கோஷ்டியார் ஒதுக்கிவைக்கப்பட்ட ஒவ்வொரு பதவிக்கும் ஒடுக்கப்பட்ட வகுப்பினரைச்சேர்ந்த 4 பேர்களே ஒரே ஓட்டு மூலம் தெரிந்தெடுப்பார்கள். இந்தப் பூர்வாங்கத் தேர்தலில் அதிகப் படியான வாக்குகளைப் பெறுகின்றவர்களே பொதுத் தொகுதி வாக்காளர்க ளால் தெரிந்தெடுக்கப்படவேண்டிய தேர்தலில் அபேக்ஷகர்களாக நிற்பார்கள்.

(3) மத்திய சட்ட சபையிலும் ஒடுக்கப்பட்ட வகுப்பினருக்கு 2-வது ஷரத்தில் மாகாண சட்ட சபையில் அவர்களது பிரதிநிதித்துவத்திற்காக செய்யப்பட்டிருக்கும் ஏற்பாட்டைப் போலுள்ள ஏற்பாட்டின்மூலமே பிரதி நிதித்துவமளிக்கப்படும். (அதாவது அவர்களுக்குப் பதவிகள் ஒதுக்கப்பட்டு கலப்புத்தொகுதியில் நடக்கும் தேர்தல்மூலமே பிரதிநிதித்துவமளிக்கப்படும். ஆனால் முதலில் ஒடுக்கப்பட்ட வகுப்பு வாக்காளரே ஒதுக்கப்பட்ட பதவிகள் ஒவ்வொன்றுக்கும் தங்களில் 4 பேரை ஒரே ஓட்டு முறை மூலம் தெரிந்தெ டுப்பார்கள். கலப்புத்தொகுதியில் நடக்கும் தேர்தலுக்கு அவ்வாறு தெரிந் தெடுக்கப்பட்ட 4 பேர்களே அபேக்ஷகர்களாக நிற்பார்கள்.

மத்திய சட்டசபையில் 18 ஸ்தானங்கள்.

(4) மத்திய சட்டசபையில் பிரிட்டிஷ் இந்தியாவுக்காக பொதுத்தொகு தியில் ஒதுக்கப்படும் பதவிகளில் 100-க்கு 18 வீதமுள்ளதை ஒடுக்கப்பட்ட வகுப்பினருக்காக ஒதுக்கிக் கொடுக்கப்படும்.

பூர்வாங்கத் தேர்தலுக்கு முடிவுக்கு வருங்காலம்.

(5) மத்திய சட்ட சபைக்கும் மாகாண சட்ட சபைக்கும் தெரிந்தெடுக் கப்படுவதற்காக ஒதுக்கப்பட்ட வகுப்பு வாக்காளரே பூர்வாங்கமாக தங்களில் 4 பேரை ஒவ்வொரு பதவிக்கும் தெரிந்தெடுத்து கலப்புத்தொகுதியில் அபேக்ஷகராக நிறுத்தவேண்டுமென்ற முறை 10 வருஷங்களுக்குப் பிறகு முடிவுக்கு வரும். ஆனால் 6-வது ஷரத்தில் கண்டபடி பரஸ்பர உடன்பாட் டின் மூலம் இதனை இந்த 10 வருஷங்களுக்கு முன்னதாகவும் முடிவுக்குக் கொண்டுவரலாம். இவ்வாறு பரஸ்பர உடன்பாட்டின் மூலம் முன்னதா கவே இது முடிவுக்குக் கொண்டுவரப்படாவிட்டால் இது 10 வருஷங்களான வுடன் தானே முடிவுக்கு வரும்.

(6) 1, 4-வது ஷரத்துகளில் வகை செய்யப்பட்டிருக்கின்றபடி மாகாண சட்ட சபைகளிலும் பதவிகளே ஒதுக்கி வைப்பதின் மூலம் ஒடுக்கப்பட்ட வருப்பினருக்கும் பிரதிநிதித்துவமளிக்கும் முறை இந்த உடன்பாட்டில் சம்மந்தப் பட்டிருக்கும் வகுப்பார்கள் பரஸ்பர உடன்பாட்டின் மூலம் முடிவுக்குக் கொண்டு வருப்வரை நீடித்திருக்கும்.

(7) லோகியன் கமிட்டி யாதாஸ்தில் குறிப்பிட்டப்பட்டியுள்ள மத்திய சட்டசபை, மாகாண சட்டசபை இவற்றிற்கான வாக்குரிமை யோக்கியதை களே ஒடுக்கப்பட்ட வகுப்பினருக்கு ஏற்பட்டிருக்கும்.

ஸ்தல ஸ்தாபனங்களிலும் ஊழிய வர்க்கங்களிலும் பிரதிநிதித்துவம்.

(8) ஸ்தல ஸ்தாபனங்களுக்கான தேர்தல்கள் சம்மந்தமாகவோ அன்றி சர்க்கார் ஊழிய வர்க்கங்களுக்கு நியமனங்களைச் செய்வது சம்மந்தமாகவோ ஒடுக்கப்பட்ட வகுப்பினரைச் சேர்ந்தவர் என்ற காரணங்கொண்டு எவருக்கும் எவ்விதமான அசௌகரியமும் இருக்கக்கூடாது. சர்க்கார் ஊழிய வர்க்கம் களில் நியமனஞ் செய்யப்படுவதற்காக நிர்ணயிக்கப்படும் கல்வி யோக்கியதை களைப் பெற்றிருப்பதற்குட்பட்டு இவ்விஷயங்களில் ஒடுக்கப்பட்ட வகுப்பின ருக்கு நியாயமான பிரதிநிதித்துவத்தை வாங்கிக்கொடுக்கச் சகல முயற்சியும் செய்யப்படும்.

கல்வி மானியம்.

(9) ஒவ்வொரு மாகாணத்திலும் கல்வி மானியத்திலிருந்து ஒடுக்கப் பட்ட வகுப்பினருக்குக் கல்வி வசதிகள் ஏற்படுத்திக் கொடுப்பதற்காக போதிய தொகையைத் தனியாக ஒதுக்கி வைக்கப்படும்.

Printed at Payne & Co., Mount Road, Madras.

மு(எ)ன்னுரை

என் கொள்ளுப்பாட்டனார், எழுதி வெளியிட்ட 'ஜீவிய சரித்திர சுருக்கம்' என்ற அவரின் வரலாற்று நூலை உலகிற்கு வெளியிட வேண்டும் என்ற என் நீண்ட நாள் கனவு இன்று நிறைவேறி உள்ளது. இரட்டைமலை சீனிவாசனார் பெயரே கம்பீரமாக உள்ளது என்பதை அனைவரும் அறிவர். அவர் தோற்றமும் வீரமிக்க கம்பீரமாகும். அவரின் சுய சரிதையான 'ஜீவிய சரித்திர சுருக்கம்' என்ற மூல நூல் என் தாயார் பாதுகாத்து என்னிடம் அளித்தார்கள். அது மக்கள் அனைவருக்கும் சென்றடைய வேண்டுமென்று எண்ணினேன். ஆனால் சீனிவாசனார் எழுதியிருக்கும் அக்காலத்தமிழ் புரிந்து கொள்வது கடினம். எனவே அவரின் மூலப்புத்தகத்தையும் அதற்கான விளக்க உரையும் சேர்த்து ஒரு புத்தகமாக வடித்திருக்கிறேன். விளக்க உரையில் சீனிவாசனார் எப்படி மூலப் புத்தகத்தில் எழுதியிருக்கின்றாரோ அது போன்று அவரே எழுதியது போல் விளக்க உறையும் தந்திருக்கிறேன்.

இந்த புத்தகத்தில் சில சொற்களுக்கு விளக்கம் தெரியாத போது google செய்து விளக்கம் பெற்றேன். ஒரிரு வார்த்தைகளுக்கு பொருள் சிலர் விளக்கினர்.

சீனிவாசனார் தன் வாழ்க்கை வரலாறை மிகச்சுருக்கமாக சிறு புத்தகமாக எழுதியுள்ளார். எனவே தான் நான் இரண்டு வருடம் ஆய்வு செய்து,

'திராவிடமணி திவான்பகதூர் இரட்டைமலை சீனிவாசன்: சரித்திர சகாப்தம்' என்று தமிழிலும்; 'Dravidamani DiwanBahadur Rettaimalai Srinivasan: Revolutionary Samaritan' என்று ஆங்கிலத்திலும், எழுதி

7-7-2015 ல் அவரின் பிறந்த நாளன்று மேதகு ஆளுநர் திரு. ரோசையா அவர்கள் வெளியிட , நூல்கள் அரங்கேறின. முழுவதும் தகவல்கள் அடிப்படையில், அவரைப்பற்றிய குறிப்புகளை சேகரித்து விவரமாக எழுதியுள்ளேன்.

எனினும் இன்று அவரைப்பற்றி சுருக்கமான வாழ்க்கை சரித்திரத்தை அப்படியே எழுதி வெளியிடுவதில் மட்டற்ற மகிழ்ச்சியடைகிறேன். இரட்டைமலை சீனிவாசனார் அவரே எழுதி வைத்திருப்பது ஓர் ஆவணமாகும். இந்த ஆவணப்புத்தகம் என்ற பொக்கிஷம், அனைவரின் கைகளிலும், குறிப்பாக சீனிவாசனார் மீது ஈடுபாடுள்ளவர்கள் அனைவரும் படித்துப் பயன்பெற வேண்டும் என்றும் அனைவருக்கும் இவர் வாழ்க்கை பாடமாக இருக்கின்ற காரணத்தாலும் வெளியிடுகிறேன். அவரின் கொள்ளுப்பேத்தி என்ற முறையில் அவர் மீதுள்ள பேரன்பு மிக்க பாசத்தால் விலைமதிப்பற்ற மேதகு புத்தகத்தை சமர்ப்பிப்பது என் கடமையென்றே நான் கருதுகிறேன். 1939ம் வருடம் இரட்டைமலை சீனிவாசனார் அவர்களால் வெளியிடப்பட்ட ' ஜீவிய சரித்திர சுருக்கம் ' நூல் இன்று மீண்டும் அவரின் கொள்ளுப்பேத்தி, முனைவர். நிர்மலா வாகிய நான் 2025 ல் வெளியிட்டு மக்களுக்கு காணிக்கையாக்குகிறேன்.

அரசாங்கத்தார் அபிப்பிராயம் 'என்று செங்கல்பட்டு ஆட்சியர் திரு. சீதாராமையா பந்துலுகாரு அவர்கள் 1926ம் வருடம் பிப்ரவரி 20 அன்று சீனிவாசனாருக்கு அரசாங்கம் வழங்கிய 'ராவ் சாகிப்' பட்டமும், பதக்கமும் வழங்கி கௌரவித்து சிறப்புரையாற்றியதை முகவுரையாக நூலில் சேர்த்திருக்கிறார். அந்த உரையானது சீனிவாசனார் குறித்த விரிவான புகழுரையாகும். அதில் சீனிவாசனாரை 'இவர் தென் ஆப்பிரிக்காவிலும், தென்னிந்தியாவிலும் வசிக்கும் தன் சமூகத்தினருக்கு ஒரு ஞானியாகவும், வழிக்காட்டியாகவும்,

சிநேகிதனாகவுமிருந்து, அவர்களுடைய நன் மதிப்பை பெற்றார், என்று குறிப்பிட்டிருக்கிறார். சீனிவாசனார் தான் வாழும் காலத்திலேயே மக்களின் செல்வாக்கு பெற்ற தலைவராக பேரும் புகழும் பெற்று தன் வாழ்நாளை தீண்டாமை ஒழிப்பிற்காக அர்ப்பணித்தார் என்பதை இதன் மூலம் அறிய முடிகிறது.

சீனிவாசனார், தன் முன்னோர் சாம்பவ சந்ததியினர் என்று துவங்கி தன் கணக்காயர் பட்டப்படிப்பு மற்றும் தன் உத்தியோகம் பின்பு அதை உதறிவிட்டு தன் மக்கள் படும் அவலங்களை காணப் பொறுக்காமல் அவர்களுக்காக தன் வாழ்நாளில் பயணித்து போராடி வெற்றியும் கண்டிருப்பதை இந்நூலின் மூலம் அறிய முடிகிறது. பட்டியலின் சமுதாயத்தின் முதல் பட்டதாரி என்ற பெருமை பெற்றவர் சீனிவாசனாராகும். இழிசொல்லான "பறையன்" என்ற சொல்லை தன் பத்திரிகைக்கு மகுடமாக்கியவர் அவர். தென்னாப்பிரிக்காவில் வாழ்ந்த போது, காந்தியாரை சந்தித்து நட்பானது, வரலாற்று நிகழ்வாகும். சட்டசபை உறுப்பினராக பல வருடங்கள் மக்களுக்காக குரல் கொடுத்து, முதன் முதலில் 1924ல் தீண்டாமை ஒழிப்பு மசோதா கொண்டு வந்து 1925ல் சட்டமாக்கியது என்று வரலாற்று நிகழ்வுகளை இந்நூல் இயம்பியுள்ளது.

அரசியல் சாசன தந்தை டாக்டர் . அம்பேத்கருடன், பயணித்து சரித்திர சிறப்புமிக்க லண்டன் வட்டமேசை மாநாடு மூலம் வாக்குரிமை மற்றும் தனித்தொகுதி என்று பட்டியலின் மக்களுக்காக பல சலுகைகள் பெற்று சமூக நீதியை நிலைநாட்டியது வரலாறாகும். பூனா ஒப்பந்தத்தில் தனித்தொகுதியை விட்டுக்கொடுத்து, மனமில்லாமல் கையொப்பமிட்டது குறித்தும் அறிய முடிகிறது. ஆலயபிரவேசம் பற்றியும், பௌத்த மதமாற்றம் குறித்தும், இந்திய காங்கிரஸ் துவக்கம்,

மற்றும் காந்தி பற்றியும் எழுதியுள்ளார். தன் மனைவியை பிராணேசி என்று தன் நேசத்தை வெளிப்படுத்தியுள்ளார்

முடிவுரையில், இதர சமூகத்தினரான சாதி இந்துக்கள், இச்சரித்திரத்தில் கண்ட ஐம்பது வருட காலத்தில் தாக்கிய தாக்குதல்களுக்கெல்லாம் நம் மக்கள் வளைந்து கொடுத்து, அவர்களிடம் வெறுப்பு, விரோதமின்றி, தேசத்தின் கலகம் போன்றவற்றிற்கு இடங்கொடாமல் அரச விசுவாசிகளாக கிராமங்களில் மண்ணைக்கிளறி பிறருக்கு உணவளித்து உழைக்கும் வர்க்கத்தினராக உள்ளனர் என்றும் ஆயினும் வாக்குரிமை என்னும் வலிமையால் ஏற்றம் பெற்று செங்கோல் ஏந்தி செழித்தோங்கி வருங்காலத்தில் நாட்டிற்கு நல்லதோர் ஊன்றுகோலாக வலிமைப் பெற இறைவன் அருள்புரிய வேண்டுமென்றும் முடித்திருக்கிறார்.

சீனிவாசனார், 86 வருடங்களுக்கு முன்பு எழுதியிருப்பது நம்மிடம் பேசுவது போல் உள்ளது. இரட்டைமலை சீனிவாசனார் தன் மன எண்ணத்தையும் இந்நூலின் முகவுரையில் வெளியிட்டுள்ளார். அதாவது, ஆயிரம் கால பட்டியிலின பறையர் மக்களின் வரலாற்றில் தன் வாழ்க்கை சரித்திரமும் (தான் எழுதிய நூலும்) இடம் பெற வேண்டுமென்பதே ஆகும்.

காலத்தை வென்ற காவிய நாயகரான சீனிவாசனார் நம் மக்கள் மனங்களில் நீங்கா இடம்பெற்றுள்ளார். அவ்வகையில் இந்த புத்தகத்தை வாசிக்கும் போது சீனிவாசனார் ஊக்கமும் உறுதியும் மிக்க புரட்சிப் போராளி என்பது விளங்கும். இந்த புத்தகம் வாசகர் கரங்களில் தவழ்ந்து சீனிவாசனாரை உணர வைக்கும் என்பதில் ஐயமில்லை. இந்திய வரலாற்றில் அழுத்தமாக தடம் பதித்த, என் கொள்ளுப்பாட்டனார் இரட்டைமலை சீனிவாசனார் புகழ் இன்னும் பல ஆண்டு காலம்

ஓங்கி வளரவேண்டுமென்று பிரார்த்திக்கிறேன். இனி
உங்களுடன் அவர் பேசட்டும்...

முனைவர். நிர்மலா

ஜயோத்திதாசப் பண்டிதர்,
இரட்டைமலை சீனிவாசனார்,
கொள்ளுப்பேத்தி.

என் (சீனிவாசனார்) முன்னோர் சாம்பவ சந்ததியர் என்றும், ஈஸ்ட் இந்தியா கம்பெனி காலத்தில் தஞ்சாவூரிலிருந்து வியாபார நிமித்தம் சென்னபட்டணம் வந்ததாக என் பெரியோர்கள் சொல்லுவார்கள்.

நான் செங்கல்பட்டு கிராமங்களின் ஒன்றில், 1860ம் வருடம் பிறந்தேன். பின்னர் உயர்கல்விக்காக கோயம்பத்தூர் (கலாசாலையில்) கல்லூரியில் சேர்ந்து, உறவினர் வீட்டில் தங்கியபடி படித்தேன். நான் அங்கு படிக்கும் போது சுமார் 400 மாணவர்களில் 10 பேர் தவிர மற்றவர்களனைவரும் பிராமண வகுப்பை சேர்ந்தவர்கள். அச்சமயம் சாதி (கோட்பாடுகள்) பாகுபாடுகள் மிக கடினமாக பின்பற்றப்பட்டன. சக மாவணர்களிடம் சிநேகமாகப் பழகினால் சாதி, குடும்பம், இருப்பிடம் போன்றவற்றை தெரிந்து கொண்டுவிட்டால், அவர்கள் என்னை தாழ்வாக நடத்துவார்கள் என்று அஞ்சி கல்லூரிக்கு வெளியே எங்காவது படித்துக்கொண்டிருந்து விட்டு, மணி அடித்த பிறகு வகுப்புக்குள் போவேன். வகுப்பு முடிந்து கலைந்து போகும் போது என்னை மாணவர்கள் எட்டிவிடாதபடி வீட்டிற்கு வேகவேகமாக நடந்து சென்று சேருவேன். சக (மாணவர்கள்) பிள்ளைகளோடு சேர்ந்து விளையாடக்கூட முடியாத கொடுமையை நினைத்து மனம் கலங்கி, எண்ணி, எண்ணி இந்த இன்னலை எப்படி எதிர்கொள்வதென்று யோசிப்பேன். கல்லூரியில் (கலாசாலை) கணக்கர் தொழிலில் தேர்ச்சி பெற்று பின்னர் நீலகரி மலையில் (ஊட்டி) ஐரோப்பிய வியாபார கம்பெனிகளில் கணக்கராக வேலை பார்த்து வந்தேன். வேலையிலிருந்த பத்து வருட காலமும் தீண்டாமையை எப்படி ஒழிப்பதென்ற கவலை மனதில் எனக்குள் (ஓயாமலிருந்தது) எப்போதும் இருந்து கொண்டேயிருந்தது.

1890ம் வருடம் சென்னை திரும்பினேன். சென்னை வந்தது முதல் "பறையர்" என்போரை மற்ற பிற சாதியினரைப் போல் உயர் நிலைக்கு கொண்டு வந்து பிறர் மதிக்கும்படி செய்வதெப்படி என்று மூன்று வருட காலமாய் பல ஆராய்ச்சிகள் மேற்கொண்டேன். தெற்கு திசையை நோக்கி, இரயில் மார்க்கமாவும், பெரும்பாலும் நடந்தும் சென்று ஆய்வுகள் செய்தேன். அப்போது, கும்பகோணத்தில் பாழாக்கப்பட்ட நந்தன்கோட்டை மதில், தோல் காசு நந்தன் கலம்பகம் பாடிய நந்தன் பற்றியெல்லாம் விவரங்கள் சேகரித்தேன். பின்பு, கம்மாளர் கட்டிய காந்தகோட்டை, சாம்பவ ராஜகுமாரியால் அழிக்கப்பட்டது பற்றியும், திருநாளைப்போவார் என்னும் நந்தனார் நின்று துதித்த (கும்பிட்ட) ஓமக்குளக்கரை, அதையடுத்த மடம் சென்று பார்த்து பயணத்தை தொடர்ந்தேன்.

அதன் பின்னர், திருச்சியிலுள்ள சாம்பவ சாம்பான் சமாதியை கண்டேன். தஞ்சாவூர் சென்று அங்குள்ள பிரவியடை சாம்பான், பெரியநாயகி மாரியம்மை, திருவாரூரிலுள்ள தியாகசாம்பான் முதலானவர்களைத் தகனம் செய்த இடங்களில் கட்டியிருந்த (திருப்பணிகள்) கோயில்கள், மேலும் யானை ஏறும் பெரும்பறையன் சமாதி, அவர் சந்ததியாருக்குத் திருவாரூர் தியாகசாம்பான் ஆலயத்திலுள்ள உரிமைகள், அனைத்தையும் ஆங்காங்கே மேற்கூறிய இடங்களில் ஒரு இரவு தங்கி விசாரித்து தெரிந்து கொண்டேன்.

பல (தேவாலயங்களை) கோவில்களை அடுத்து இவ்வினத்தவரைப் பற்றியும் நேரில் சென்று பார்த்தேன். இவ்வினத்தவர்கள் குளிக்கவும், குடிக்கவும் தண்ணீரில்லாமல் தவிப்பதும், வசிப்பதற்கு ஓலை குடிசையும் இன்றி நிலையற்ற நிலையில் வாழ்வை நகர்த்துவதும், நடப்பதற்குகூட பாதையில்லாமல்

பிழைப்பதற்கு எந்த வழியும் வகையும் இல்லாமல் எங்கு சென்றாலும் தீண்டாமை என்று பற்பல கொடுமைகளுக்கு ஆளாகி பரிதவிப்பதை கண்டு கலங்கி நின்றேன். வாய் திறந்து பேசினால் அடிபடுவதும், குறைகளைக் கேட்கும் அதிகாரிகள் சாதி இந்துகளுக்கு அஞ்சி பயந்து வஞ்சக சூழ்ச்சியாய் நடப்பதுமென்று பலவித ஆற்றொணா துயரங்களும், துன்பங்களும் அவர்களை சூழ்ந்து அவர்கள் படும் பாதகமான சூழலை உணர்ந்தும் நம் பூர்வ சரித்திரத்தையும் விசாரித்து திரும்பினேன்.

திரும்பிய பிறகு அரசாங்க ஆவணங்களை (Records) ஆராய்ந்து பார்த்தபோது 1772 ம் வருடம் முதல் இவ்வினத்தவர் சார்பாக அவர்கள் (அரசாங்கம்) கவனம் கொண்டு நடவடிக்கைகள் மேற்கொண்டதை அறிய முடிந்தது. 1881ம் வருடம் இவ்வின குடியானவர்கள் முன்னேற்றமடைய (ரெவினியுபோர்டார்) வருவாய் வாரியம் வழிவகைகளைக் கண்டறிந்து தெரிவிக்கும்படி (கலெக்டர்களை) ஆட்சியர்களை கேட்டிருந்தார்கள். அது என்னவாயிற்று என்று (தெரியவில்லை) அறிய முடியவில்லை. 1893ம் வருடம் இம்மக்களுக்கு கல்விகற்றுக் கொடுக்க (தலைப்பட்டார்கள்) முயற்சித்தார்கள். 120 வருட காலம் தூண்டுவராற்று, கேட்பாரற்று இருந்தார்கள். 1893ம் வருடம் அரசாங்கம் (சர்க்கார்) வெளியிட்ட உத்தரவை ஒரு (சிலாசாசனமாய்) கல்லில் வடிக்கப்பட்ட சாசனமாய் இவ்வினத்தார் எண்ணினாலும் (பலிதபடாமல்) பலிக்காமல் அல்லது பயனில்லாமல் போய்விட்டது. அதற்கடுத்தபடியாகத்தான் 1893ம் வருடம் "பறையன்" என்ற பத்திரிகையை தூண்டுகோலாக நான் வெளியிட்டேன்.

இந்த (ராஜதானியில்) தேசத்தில் பேதைகளாய் இடுக்கண்களுக்கு உள்ளாகிக் கிடக்கும் கோடிக்கணக்கான மக்கள் மத்தியிலே முதன் முதலாக தோன்றி உழைத்து

வந்த என் (உபகாரத்திற்காக) சேவைகளுக்காக அரசாங்கத்தார், எனக்கு:

1926ம் வருடம் ஜனவரி மாதம் 1ம் தேதி,
"ராவ்சாகிப்" பட்டமும்,

1930ம் வருடம், ஜுன் மாதம், 3ம் தேதி
"ராவ்பகதூர்" பட்டமும்,

1936ம் வருடம் ஜனவரி மாதம், 1ம் தேதி
"திவான்பகதூர்" பட்டமும்

மகிழ்ச்சியோடு அளித்திருக்கின்றார்கள்.

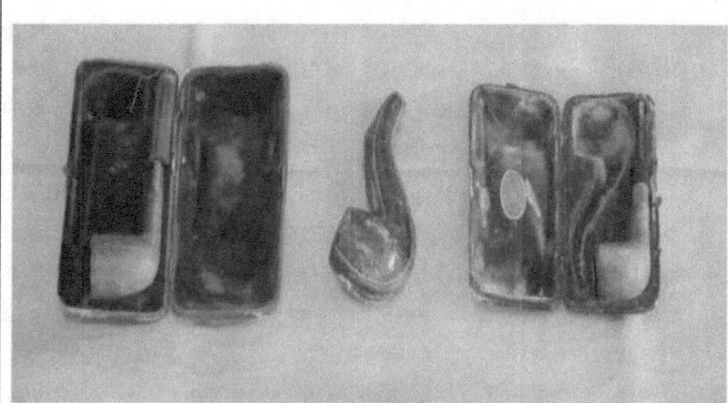

Pipes used by R. Srinivasan

Medals of Titles , 'Rao Sahib', 'Rao Bahadur', 'Diwan Bahadur'

Rs.3, Postage Stamp of R. Srinivasan

நான்! நான்!! என்ற மகா மந்திரத்தை ஜெபித்துக்கொண்டிருப்பவன் தன்னையுணர்ந்து (சகலமுமறியும்) அனைத்தும் அறியும் ஞானியாகி தலைவனை காண்பது போல நான்! நான்!! என்று எவன் ஒருவன் தன்னையும் தன் இனத்தையும் மறுக்காமல் (அச்சமும் நாணமுமில்லாமல்) பயமில்லாமல் வெட்கமோ, நாணமோ இன்றி உடண்மையைக் கூறி தன்னுடைய சுதந்திரத்தை பாராட்டி நிலை நாட்டுகின்றானோ அவன் மதிக்கப்பெற்று, இல்வாழ்க்கையில் (சம்பத்துள்ளவனாய்) செல்வச் செழிப்புள்ளவனாக (நித்திய சமாதானத்துடன்) நிரந்தர அமைதியோடு வாழ்வான். ஆகையால் பறையர், இனத்தொருவன் "பறையன்" என்பவன் நான் தான் என்று முன்வந்தாலொழிய அவன் சுதந்திரம் பாராட்ட முடியாமல் தாழ்த்தப்பட்டு என்றென்றும் தரித்திரனாய் இருப்பான். எனவே **"பறையன்"** என்னும் மகுடம் சூட்டி ஒரு பத்திரிகை பிரசுரித்தேன். பறையன் பத்திரிகை 1893ம் வருடம் அக்டோபர் மாதம் வெளியிடப்பட்டது. நான்கு பக்கங்கள் கொண்ட ஒரு சிறிய (மாதாந்திர) மாதம்தோறும் வெளியாகும் பத்திரிகையாக பிரதி ஒன்றுக்கு இரண்டு அணா என்ற விலையில் வெளியானது. இதை பறையர் எனும் என் குலத்தவர்கள் வெகு ஆவலுடன் வாங்கிப்படித்து அங்கீகரித்து ஆதரித்தார்கள். விளம்பரத்திற்கும் முதல் (சஞ்சிகை) பத்திரிகை பதிப்பிற்கும் பத்து ரூபாய் செலவானது. இரண்டு நாட்களில் சுமார் (400) நானூறு பிரதிகள் சென்னை நகருக்குள் விற்பனையாகின. மூன்று மாதத்திற்கு பிறகு (வாராந்திர) வாரம்தோறும் பத்திரிகை வெளியாகி விற்கப்பட்டன. இரண்டு வருடங்களுக்குப் பிறகு ஒரு (அச்சுயந்திர சாலை) அச்சகம் உருவான்து.

THE PARIAH.

(PUBLISHED WEEKLY,)

சென்னை, 1895-ஐ ஆடி மீ 6உ.　　　　No. 2.

பஞ்சாங்கம்.		1895.
௩ வகுத்திரம்.	இராகாலம். மணி முதல்	மணி வகை
௧-௦, மூ-16-2[illegible]	9	10½
பூர-21-18 ...	4½	6
௱, உ.ச-25-18 ...	7½	9
5-63, நெ 31-4 ...	3	4½
௦...	13	1½

மழைக் கணக்கு.

1895-ஐ ஆடி 1உ [illegible] கங 8-மணிக்கு குறிக்கப்பட்டது.

இடம் இடுகைகள்.	இன்று	பெய்த மழை	சரா சரி	அதிக குறைவு
கோலாத்தூர்	...	14·63	9·51	[illegible]
சோலைப்பட்டணக்	...	9·17	6·96	[illegible]
[illegible]	0·15	9·91	[illegible]	10·8[illegible]
கணிசை	0·0[illegible]	4·12	70[illegible]	-3·66
முசிவிப்பட்டண	...	2·10	7·27	-4·77
ஆத்தூர்	0·01	5·39	5·99	-0·60
பெம்பார்	...	7·88	4·19	x3·69
கடம்பை	...	4·77	0·[illegible]6	-1·49
		2·11	?	?
			4·91	-[illegible]·10
வெண்பாக்கம்	0·24	12·17	[illegible]	x1·6[illegible]
திருபோர்ப்பள்ளி	...	5·79	[illegible]	-0·4[illegible]
சாப்பட்டணம்	...	1·11	4·12	[illegible]
மதுரை	...	7·37	6·84	[illegible]
மார்பம்	...	2·36	?	?
திருசெந்தேல்	...	4·83	?	?
திருவாதிபுரம்	1·09	21·56	27·49	-4·93
சேரி	0·18	43·57	47·23	x1·84
சிவகிரிசெந்தை	4·63	53·75	65·35	x9·40

போர்ட் வெயிட் ஆன் ஜெட்டி.

1895-ஐ ஆடி 15உ.
(சென்னப்புரம்)
(பப்ளிக் உடயாட்வேன்)
[illegible]

சந்தா விலைவரம்.

[illegible] கட்டணவகைப் பத்திரிகை வரப்படும்படி.

	உள்நாட்டிற்கு			வெளிநாட்டிற்கு		
	ரூ.	அணா.	பை.	ரூ.	அணா.	பை.
ஒரு வருடத்திற்கு	0	1	0	0	1	6
அரைவருடத்திற்கு	0	12	0	1	2	0
காலாண்டிற்கு ...	1	6	0	2	4	0
மும்மாத முன்பணத்திற்கு			...	1	8	0
ஒருமாதத்திற்கு			...	3	0	0

பத்திரிகை வரவில் வரவில்லை என்பது [illegible] எழுதுகிற [illegible], குறித்தவிடம்கே வெளிச் [illegible] புள்ளிவிவரமாகக் கடமை ஒன்றுக்கு 25 [illegible]க்கு அதிகமாய் வாங்குப் பணத்திற்குப் பத்தி [illegible] செய்ய வேண்டும் தனிக்கப்படும்.

விளம்பர விவரம்.

[illegible] கேட்கவேண்டும் விலை உ [illegible] பணம் [illegible] 10-ஆம் [illegible] தேவை செய்ய [illegible] [illegible].

ஸ்ரீதரவாசம்,
"பறையன்" பத்திரிகை,
இராயப்பேட்டை,
19, வெங்காடா [illegible], சென்னை.

சென்னை [illegible] பெம்மை வளாகமது 1895 [illegible] ஆடிமீ [illegible]-ந்தேதியிலே ஒரு மாதி [illegible] எங்காக மிக்கது மூனவெளிக்கையாத்தில் [illegible].

சென்னை [illegible] உ வீள வளாக மிக்க மா [illegible] வேற செய்யப்படுவதனலெயேன் என்றது அது [illegible] உத்தரவ கண்டில் [illegible]யிலிருந்தன [illegible] அந்த தமிழில் மாறும்பேரல்லாத அந்த [illegible] உள்ளவர்களுக்கு செய்கிறதற்குதனேயும்.

சென்னை [illegible] நகாரம வளாக்கத்தை சேர்ந்த [illegible] உள்ளவடிகள் பத்திரிகை [illegible] மாய் தேன் வேண்டி செய்யவந்த [illegible].

[illegible] இவ்வாறு வளாக்கத்தில் பிரசன்ன மாகி, மிக்க [illegible] உ. பெம்மை இதழ்தேன் பத்தினையென்ற [illegible] அது அனைத்த மறுகிற் வகைமைக்க கார [illegible] வெளிச்சிமிழ்கு நெடுகுகில் அப்பட் செய்க்கே [illegible] பாக கெடுக்கப்படுகிறது.

[illegible] முகுகின் அது [illegible] சென்னை இதழதேன் முன்னே [illegible] [illegible] மாய் ஒரு வேண்டல் [illegible] [illegible] மை [illegible] வேண்டே உ. எனில் வளாக்கது 92 [illegible] எனது மறுகாலை செய்க எண்கில் இப்பை [illegible] திரு வேண்டப்பட்டதுண்டே.

[illegible] விளைச்சியிலெ வளாகம் எக்காலத்திலேயு [illegible] எ னன்-எது, சராசி மழை உ வ எபில [illegible]யுக எ. உ. ஜெ. அளவிலை வாழ்தனை [illegible] உ. ஜெத்தாரம் கமை சே, ஜ, ஐ. ஜ. எனு [illegible] அருகுயைமை மறுகுமை மறுமதிக் [illegible].

பறையர் (ஜன அங்கத்தவர்களுக்காக) இன மக்களுக்காக பரிந்து பேசியது பத்திரிகை. மேலும் இதர பிற சாதியினர் செய்யும் கொடுமைகளை பறையன் பத்திரிகை வெளிப்படையாக பறைச்சாற்றியது.

அரசாங்கத்தின் மேலான கவனத்தை, உதவியை நாடியும் அதை சார்ந்து விவரங்கள் மற்றும் நல்லொழுக்கம் (ஆசாரங்களைப் பற்றியும்) நற்பண்புகள் குறித்தும் பத்திரிகை (பிரஸ்தாபித்து) பரப்பி வந்தது. இந்த சமூகத்தினர் எங்கெங்கே கூடுகிறார்களோ அங்கெல்லாம் உற்சாகமாக பத்திரிகை குறித்து பேசினார்கள். தாங்களும் ஒரு சமூகத்தவர் என்று நிருபிக்க 1895ம் வருடம் அக்டோபர் மாதம் 7ம் தேதியன்று மாலை, வெள்ளை கொடிபிடித்து பாண்டு வாத்தியங்களோடு பெருந்திரளாக சென்னை விக்டோரியா மண்டபத்திற்குள் பிரவேசித்தார்கள். அதில் தங்களின் அருமை, பெருமைகளை விலாவாரியாக பறைசாற்றி வெகுவிமரிசையாக கூட்டத்தை நடத்தினார்கள். பறையர் இனத்தவர்கள் விக்டோரியா மண்டபத்தில் முதன் முதலில் கூட்டத்தை கூட்டி சாதனை படைத்தனர்.

கிராம முன்சீப்புகள் முதல் (கலெக்டர்) ஆட்சியாளர் கூட்டங்களிலும், வருவாய் வாரியத்திலும், மற்றுமுள்ள இதர இலாக்காக்களிலும் சாதி இந்துக்கள், பல (சூட்சுமங்கள்) தந்திரங்கள் செய்து வந்தனர். அதாவது காங்கிரஸ் கட்சியினர், சாதி இந்துக்கள், மதமாற்றம் செய்யும் பிரசாரகர்கள் மற்றும் இந்த இன மக்களிலேயே ஒரு பிரிவினர் என்று பலரும் எதிர்த்து செயல்பட்டனர். எதிரான பத்திரிகையையும் வெளியிட்டனர். மேலும் ஏற்கனவே இருந்த சில பத்திரிகைகளும் பலமாக இம்மக்களை எதிர்த்து தாக்கி எழுதின. இது போதாதென்று, பறையர் இனத்தை சேர்ந்த ஒருவர் பொய்யான

புகாரளித்து நான் தேசத்தைவிட்டு ஓடிப்போகயிருப்பதாக வாரண்ட் பிறப்பித்து என்னை அவமானப்படுத்தப் பார்த்தார். ஆனால் அது பலிக்கவில்லை. விவரம் என்னவென்றால் 1896ம் வருடம் "பறையன்" பத்திரிகையில், அவதூரான விஷயத்தை ஒருவர் கடிதமெழுதியதை பத்திரிகையில் வெளியிட்டேன் என்ற காரணத்தை சொல்லி, இவ்வினத்தவரில் ஒரு பிரிவினர் என்னை (கோர்ட்டுக்கும்) நீதிமன்றத்திற்கு இழுத்தார்கள். ஆனால் நீதிமன்றத்தில் நம் இனத்தவர், பலர் பெருந்திரளாக வந்தனர். அவர்கள் (தலைச்சீராக்களிலும்) தலைப்பாகைகளிலும், மார்பிலும், "பறையன்" என்ற சொல்லை மகுடமாகப் பூண்டு பண முடிப்புகளுடன் நீதிமன்றத்திற்கு வந்திருந்தனர். நூறு ரூபாய் அபராதம் விதிக்கப்பட்டது. அதை யாரோ கட்டியிருந்தார். யார் கொடுத்தார்கள் என்று எனக்குத் தெரியவில்லை. ஒன்று மட்டும் புரிந்தது, தங்கள் இனத்தின் மீது அன்பையும், பற்றுதலையும் வைத்திருந்ததை வெளிப்படையாகக் காட்டினார்கள். இதன் மூலம் இந்த இனத்தவர் வாய் திறந்து பேசியதற்கும், முன்னேறி முன் வந்ததற்கும் சபைகளும், சமூக உணர்வுகளும் ஏற்பட்டதற்கும் "பறையன்" என்ற பத்திரிகையே மூலகாரணம் என்பது விளங்கும்.

(இந்த இனத்தவர்கள்) பறையர் அபிவிருத்தியை மேம்படுத்த நான் லண்டன் நகருக்கு பிரயாணம் செய்தபோது, "பறையன்" பத்திரிகை நடத்த தக்க நபர் யாரும் கிடைக்காமல் போனதால் பத்திரிகை பிரசுரம் நிறுத்தப்பட்டது. ஏழு வருட காலம் பத்திரிகை தொடர்ந்து நடைபெற்றதால்தான் (இந்த இயக்கம்) பத்திரிகை இயக்கம் இந்தியா முழுவதும் பரவி பல கோடி மக்கள் (அபிவிருத்தியடைய) முன்னேற்றமடைந்து வருகிறார்கள்.

லண்டன் நகருக்குச் சென்று தாழ்த்தப்பட்டோர் படும் அவலங்களை, துன்பங்களை எடுத்துக்கூறி ஆங்கிலேயே அரசின் ஆதரவை பெற்று வர வேண்டுமென்று எண்ணி முதலில் பம்பாய் நகரையடைந்தேன். அப்போது என் தந்தையாரும், அண்ணணும் திரும்பிவருமாறு எனக்கு தந்தி அனுப்பினர். நான் "சுடுகாடு போன பிணம் திரும்பாது" என்ற தீர்மானத்தோடு, மேற்கு திசையை நோக்கி புறப்படும் கப்பல்களில் முதலில் கிடைத்த கப்பலில் ஏறினேன். அந்த கப்பலில் பிரயாணப்பட்டு பயணம் மேற்கொண்டபோது, அக்கப்பல் (கீழ் ஆப்பிரிக்கா) கிழக்கு ஆப்பிரிக்காவின், ஜான்ஸிபார் (Zanzibar) என்ற தீவிற்கு சென்றது, அந்த தீவில் நான் இரண்டு வருட காலம் தங்கியிருந்து பணம் ஈட்டியபின், தென் ஆப்பிரிக்காவிற்கு பயணமானேன். இடையில் (பாஸ்போர்ட்) கடவுச்சீட்டு பெறுவதற்காக 'டலகோபே' என்னும் துறைமுகத்தில் இறங்கி காத்திருந்த போது சுமார் ஒரு வாரத்தில் குளிர் ஜூரம், மலேரியா என்னை தாக்கியது. (டாக்டர்கள்) மருத்துவர்கள் என்னை பரிசோதித்து கப்பலில் கடல்காற்றுப்பட ஆறு மாதகாலம் இருக்க வேண்டும் அல்லது அதிக குளிரான மலைப்பிரதேசத்தில் தங்கியிருக்க வேண்டுமென்றனர். மேலும் இந்தியா திரும்பினால் மரணமேற்படுமென்று டாக்டர்கள் என்னை எச்சரித்தனர். நான் நோயுற்று நலிந்த வேளையில் அங்கு என் இனத்தவரான ஓர் வண்ணான் மற்றும் அவர் நல்மனைவி இருவரும் எனக்கு வேண்டிய சிகைச்சைகள் செய்து என்னை உபசரித்தனர். மேலும் அங்கே, ஓர் பெரும்பணக்காரரும் என்னை அழைத்துப்போய் உபசரித்தார். நான் குணமான பின்பு நெட்டால் மாகாணத்தைச் சேர்ந்த 'டர்பன்' துறைமுகத்திற்கு சென்றடைந்தேன். அங்கேயும் அந்தோணி எச்.பீட்டர் என்பவர் எனக்கு அறிமுகமானார். என்னை உபசரித்து உதவினார். அதுவும் மிகக் குளிரான

மலைப்பிரதேசத்திற்கு அனுப்பி, அங்கு அரசாங்க உத்தியோகத்திற்கும் ஏற்பாடு செய்து உதவினார். எனக்கு சமயத்தில் உதவிய வண்ணான், பணக்காரர், அந்தோணி எச்.பீட்டர் இவர்கள் மூவரின் உதவியையும் என்றும் மறக்க என்னால் முடியவில்லை. இவர்களை என்றென்றும் மனதில் நினைத்து நன்றி கூறுவேன்.

நான் நெட்டாலில் இருந்தபோது வருணமென்னும் நகரில் முருகன் என்ற ஒரு பெரிய (தனவந்தர்) பணக்கார (பயிர்க்குடியானவர்) விவசாயி இருந்தார். அவர், என்னிடத்தில் பிராமணர்களுக்கான யோக்கியதை இருப்பதாகக் கூறி என்னை வற்புறுத்தி (கோதானம்) பசுவை தானமாகக் கொடுத்து என்னுடைய ஆசிர்வாதம் வேண்டினார். ஏழை மக்களுக்கு நான் செய்த நன்றி என்பது, தென்னை மரம் தன் தலையால் தானே நீரைத் தருவது போலிருந்தது. பிறகு அந்த தேசத்தில் நான் நோய் தீர்ந்து சுகம் பெற பல வருடங்களாயின. குடும்பத்தின் பாதுகாப்பு கருதி சொந்த மண்ணிற்கு வர எண்ணி என் தாய்நாட்டிற்கு திரும்பி வந்தேன்.

தாய்மண்ணை மிதித்த போது என் மக்களைக் கண்டு நான் மகிழ்ந்தாலும் என் இனத்தவராகிய அவர்களின் நிராதரவான நிலைமையைக் கண்டு என் மனம் தாளவில்லை. சுடுகாடு போய் திரும்பிய பிணத்திற்கு உயிருண்டாகி வந்தாலும் என்னுடைய நோக்கமான லண்டன் நகர் சென்று தீர்வுகள் காண கடவுள் நிறைவேற்றுவாரோ என்று எண்ணினேன். சென்னை வந்தடைந்த பிறகு, சில நாட்களில் சட்டசபை உறுப்பினராக அரசாங்கம் என்னை நியமித்தது.

சட்டசபை உறுப்பினரான சில வருடங்களுக்குப் பிறகு, வட்டமேசை மாநாட்டிற்கு தாழ்த்தப்பட்ட மக்களின் ஒரு பிரதிநிதியாக அரசாங்கத்தார் என்னை லண்டன்

மாநகருக்கு அனுப்பினார்கள். இரண்டு வட்ட மேசை மாநாடுகளுக்கும் சென்று கலந்து கொண்டேன். அப்போது சென்னை மாகாணம் மட்டுமின்றி இந்திய தேசம் முழுவதுமுள்ள தாழ்த்தப்பட்ட மக்களுக்கான, அவர்கள் பெற வேண்டிய தேச சுதந்திரமும் மற்றும் பல உரிமைகளையும் அடையும்படி செயல்பட்டேன். இருபது வருட காலமாய் நான் லண்டன் போக கொண்டிருந்த என் நோக்கம் நிறைவேறப் பெற்றது, என் இனத்தவர்களாகிய மக்கள் பெற்ற பாக்கியமாகும்.

சமூகம்

ஆரியர்கள் நமது நாட்டில் (தேசத்தில்) குடியேறி வந்த பிறகு, சாதிக் கோட்பாடுகளை உண்டாக்கினர். அப்போது பறையர், பஞ்சமர், ஆதிராவிடர்களென்னும் திராவிடர்கள், ஆரியர்களுக்கு உடன்படாமல் (இசையாமல்) போனதால் பல துன்பங்களுக்கு ஆளாக்கப்பட்டனர். தனியே தங்களுக்கு சேரி என்னும் கிராமங்களை உண்டாக்கினர். அக்கிராமங்களில் கோவில், குளம், குரு (வழிகாட்டி) கிராமத் தலைவர், (நாட்டாண்மைக்காரார்) பஞ்சாயத்தார், வண்ணான், அம்பட்டன், சுடுகாடு (சுடுவது) இடுகாடு (நிலத்தில் இடுவது, புதைப்பது) விதவாவிவாகம், விவாக சம்பந்த விலக்கு முதலிய அனைத்தையும் அந்த கிராமங்களில் ஏற்படுத்தி தனியொரு சமூகமாய் வாழ்ந்து வந்திருக்கிறார்கள். இந்த மக்களுக்குள் உண்டாகும் வழக்குகளை தீர்ப்பதாகக்கூறி தேசாயி செட்டியார்கள், இவர்களிடம் பணம் பறித்து செல்லும் வழக்கம் குறைந்து, ஒழிந்து வருகிறது.. நான் இச்செயலை கண்டித்திருக்கிறேன். ஆரியர் சாதி கோட்பாடுகளை கடைபிடித்து வந்தவர்கள் அனைவரும் இம்மக்களை வெளிப்படையாக தங்கள் சுதந்திரத்தை கடைபிடிக்க முடியாதபடி அடக்கி வைத்துக்கொண்டே

இருந்தார்கள். இதனால் தங்கள் உரிமைகளைக் கேட்டு இவர்கள் அனுபவிக்க வேண்டுமென இம்மக்களை பெரியதோர் சமூகமாக சேர்க்க நான் முயன்றேன். பத்திரிகையில் வெளியான கருத்துக்களை உணர்ந்த இவ்வின மக்கள், நாடு முழுவதும் கூட்டங்களாகக் கூடி தங்களுக்கிருக்கும் இன்னல்களைப் பற்றியும், தங்கள் முன்னேற்றம் குறித்தும் பேசினார்கள்.

சென்னையில் "பறையர்" மகாசன சபை என்ற தலைமை அமைப்பு துவங்கப்பட்டது. இந்த அமைப்பிற்கு நானே காரியதரிசியாக பொறுப்பேற்று நடத்தி வந்தேன். இதற்கிடையே 1895ம் வருடத்தில் ஓர் சம்பவம் நடந்தது. அதாவது லண்டன் நகரில் சிவில் சர்வீஸ் பரிட்சை நடத்தப்பட்டு வந்தது. அந்தப் பரீட்சையில் ஆங்கிலேயர்கள் தேர்வாகி, (கலெக்டர்களாக) ஆட்சியராகவும், நீதிபதியாகவும் இன்னும் நாடெங்கிலும் உள்ள அரசாங்கத்தின் உயர் பதவிகளில் அமர்ந்தனர். இந்த பரீட்சையை இந்தியாவிலும் நடத்த வேண்டுமென்று பிரிட்டிஷ் பாராளுமன்றத்தில் காங்கிரஸார் ஓர் மசோதாவை சமர்ப்பித்தனர். ஆனால் அந்தப் பரீட்சை இந்தியாவில் நடந்தால் சாதி இந்துக்கள், உயர்ந்த பதவிகளில் அமர்ந்து அவர்களின் உத்தியோக பலத்தால் ஏழை சாதியானவர்களை திண்டத்தகாதோர் என்று கூறி தாழ்வாக அவர்களை நடத்தி கொடுமைப்படுத்துவார்கள் என்று பறையர் மகாசபை கருதியது. எனவே 1893 ம் வருடம், டிசம்பர் மாதம் 23ம் தேதியன்று, சென்னை வெஸ்லியன் மிஷன் கல்லூரி, மண்டப அறையில் பெருந்திரளாக கூட்டத்தை நடத்தினோம். அக்கூட்டத்தில் காங்கிரஸார் கொண்டு வந்த மசோதாவை எதிர்த்து அதை மறுத்து 112 அடி நீளமுள்ள ஒரு மனுவை தயாரித்து, அந்த மனுவில் 3412 பேர் கையொப்பங்கள் இட்டு, அம்மனுவை,

பாராளுமன்ற உறுப்பினர் ஜெனரல் சர். ஜார்ஜ் செஸ்னி (General Sir Geo. Chesney) மூலம் பாராளுமன்றத்தில் சமர்ப்பிக்க செய்தார்கள். அதைப் பார்த்த காங்கிரஸ்கார உறுப்பினர்கள் தங்கள் மனுவை வாபஸ் பெற்று திருப்பி எடுத்துக்கொண்டனர். அதன் பின்னர் தான் கீழ்நிலை உத்தியோகத்தார்களில் தகுதியுள்ளவர்களை மேல்நிலை உத்தியோகத்தை வகிக்க நியமிக்கலாம் என்று இந்திய செகரடரியார் உத்தரவளித்தார். எதிர் மறுப்பு மனுவை அனுபந்தம் 1ல் காணலாம். இந்த மனுவால் சில காரியங்கள் நிறைவேறின. கிராமங்களில் இவ்வின குடியானவர்களை தாழ்த்தப்பட்ட நிலையிலிருக்குமாறு பணித்து திட்டவட்டமாய் செயல்படுத்தினர் என்றால் சென்னை நகரத்திலும், மயிலாப்பூரிலுள்ள (ஜகோர்ட்) உயர்நீதிமன்ற நீதிபதி (இந்தியர்) வசிக்கும் வீட்டிற்கு அருகே பிராமணர் தெருவில் பறையர் உள்ளே வரக்கூடாது என்ற பலகை வைத்திருப்பதை சுட்டிக்காட்டியும் இது தவிர சாதி இந்துக்களால் துவக்கப்பட்டு நடக்கும் பச்சையப்பன் (கலாசாலை) கல்லூரியில் இவ்வினத்துப் பிள்ளைகளை சேர்ப்பதில்லை என்பதையும் மனுவில் சேர்த்திருந்தோம். (இம்மனுவின்) இதன் காரணமாக அந்தப் பலகை எடுத்து அகற்றப்பட்டது. பச்சையப்பன் கல்லூரியிலும் சில காலம் கழித்து பறையர் மாணவர்கள் சேர்த்துக்கொள்ளப்பட்டனர். மேலும் லேபர் கமிஷனர் துறை இம்மனுவால் ஏற்படுத்தப்பட்டது.

லேபர் கமிஷனர் ஸ்தாபிதம்

இந்த மனுவின் பிரதிகள் இங்கிலாந்து பாராளுமன்ற உறுப்பினர்கள் ஒவ்வொருவருக்கும் கொடுக்கப்பட்டன. இதன் காரணமாக பலகோடிக்கணக்கான உழவுத்தொழில் செய்யும் உழைப்பாளிகளை சாதி இந்துக்கள் குரூரமாய் கொடுமைப்படுத்தி நடத்துவதை பற்றி

இங்கிலாந்திலுள்ள அனைத்துப் பத்திரிக்கைகளிலும் வெளியாகி பிரபலப்படுத்தின. இவ்விதமான கொடுமைகள் இந்தியாவில் பரவியிருக்க இந்திய அரசாங்கம் எப்படி கவனிக்கவில்லை என்றும், இந்திய அரசாங்கம் தகுந்த நடவடிக்கைகள் எடுக்க வேண்டுமெனவும் இந்திய (செகரடரியார்) செயலர் வலியுறுத்தினார். இதன் பயனாக இந்திய அரசாங்கம், சென்னை அரசாங்கத்துடன் ஆலோசனை நடத்தினார்கள். இதில் பலவருடங்களுக்குப் பிறகுதான் ஒடுக்கப்பட்ட மக்களை கல்வியிலும், பொருளாதாரத்திலும் முன்னேற்றம் பெறுவதற்கான செயல்வடிவம் கொடுக்கப்பட்டது. அதாவது சிவில் சர்வீஸ் உத்தியோகத்திலிருக்கும் வயது மற்றும் அனுபவத்தில் மூத்த அதிகாரி ஒருவரை (Protector) காப்பாளராக நியமித்து அவருக்கு ஒரு துறையை கொடுத்து அதன் மூலம் ஒடுக்கப்பட்டவர்களை முன்னேற்றம் பெறச் செய்ய தீர்மானித்தார்கள். அதன் பிறகு, பள்ளிக்கூடங்கள், குடியிருப்பு மனைகள், விவசாய நிலம் ஆகியவற்றை ஒடுக்கப்பட்ட மக்கள் பெறுவதற்கு முடிந்தது. இவ்வினத்தவர் அபிவிருத்தியடைய ஏற்படுத்திய காப்பாளரும் அவர்

துறையும் இனி கைத்தொழில் செய்பவர்களையும் கவனிக்க வேண்டுமென்று தீர்மானித்து, காப்பாளர், லேபர் கமிஷனர் என்று அழைக்கப்பட்டார்.

செங்கல்பட்டு (ஜில்லா) மாவட்டத்தில் இவ்வின மக்களுக்கு (தற்காஸ்து நிலம்) ஒப்பந்தமிடப்பட்ட நிலம் (அதாவது நம்மக்களுக்கான ஒப்பந்த நிலம்) கொடுக்கப்பட வேண்டுமென்று அரசாங்கத்திடம் கோரிக்கை வைத்திருந்தேன். ஆனால், அங்கு நிலம் கொடுக்க ஒரு ஏக்கர் கூட இல்லை. அதனால் கிடைக்காது என்று தெரிவித்தது அரசு. இருப்பினும் 1894ம் வருடம் ஏப்ரல் மாதம் 28ம் தேதி கிருஷ்ணா (ஜில்லாவில்) மாவட்டத்தில் வேண்டிய நிலமிருப்பதாக (கலெக்டர்) ஆட்சியாளர் அட்கின்ஸன்துரை தெரிவித்தார். பண உதவியில்லாமல் அவ்வளவு தூரம் போய் ஏழைகள் விவசாயம் செய்ய முடியாமல் போயிற்று. தற்சமயம் ஆயிரக்கணக்கான ஏக்கர் நிலங்களை அரசு கொடுத்துக் கொண்டிருப்பதைக்காண முடிகிறது. அதே சமயம் ஆதிதிராவிட ஏழை விவசாயிகள் நேராக (கலெக்டர்) ஆட்சியரிடம் ஒப்பந்தம் (தற்காஸ்து) கொடுத்து நிலம் பெறுவதையும் காண முடிகிறது. லேபர் கமிஷனர் இம்மக்களுக்கான கல்வி பெறுவதற்கு தேவையான உதவிகள் பல செய்வதையும் குறிப்பிட வேண்டும். அரசாங்கம், இவர்களுக்கு செய்துவரும் உதவிகள் அனைத்தும், பறையர் மகா சபையினர் எடுத்த நடவடிக்கையால் தான் என்பதை அறிய முடிகிறது. குறிப்பாக சிவில் சர்வீஸ் தேர்வுகளை இந்தியாவில் நடத்தக்கூடாதென்று தடுத்ததும், தீண்டாமைக்கொடுமைகளை வெட்ட வெளிச்சமாக்கியதும் தான் அன்றோ? நான் இந்தியாவில் இல்லாத போதும் பறையர் மகாசன சபையினர் ஒன்று சேர்ந்தும், தனித்தனியாகவும் சபை

உறுப்பினர்களாக கடும் முயற்சிகள் மேற்கொண்டு செய்து வந்திருக்கின்றனர். ஆனால் இப்போதும் கூட இனஞ்சேரா சிலரைக் காண்கிறேன்.

ஆதி திராவிடர் சமூகம் ஏற்பட்டதெப்படி?

அரச பிரதிநிதியும் கவர்னர் ஜெனரலுமான எல்ஜின் (Elgin) பிரபு 1895ம் வருடம் டிசம்பர் 6ம் தேதி சென்னைக்கு (விஜயம் செய்தார்) வருகை புரிந்தார். பறையர் சமூகத்தை நிலைநாட்ட வேண்டுமென்று கருதி சென்னை நகரில் மிகப் பிரமாண்டமான அலங்கார வளைவு ஒன்றை ஏற்பாடு செய்தேன் (General Palters Road) மவுண்ட் ரோடும், ஜி.பி. ரோடும் சந்திக்குமிடத்தில் விசாலமான மவுண்ட்ரோடு சாலைக்கு குறுக்கே நீண்டதோர் பந்தலிட்டு அதை மத்தியில் அலங்காரம் செய்து, இரு புறங்களிலும் "பறையர் மகாசன சபையார்" மாக்.ஷிமை தங்கிய எல்ஜின் பிரபு பெருமாட்டி வரவேற்பு என்று தங்கம் போன்ற எழுத்துக்களை ஒட்டி, இங்கிலாந்து பிரிட்டிஷ் கொடிகள் காற்றிலசைந்து வருக! வருக! என்றழைக்கும்படி (சிங்காரித்திருந்தது) அலங்கரித்திருந்தது. இதன் வழியே இந்திய அரசர்களும், முக்கிய பிரமுகர்களும் பிரவேசித்து (Chariot) ரதங்களுடன் பிரம்மாண்டமாய் நுழைந்து சென்றனர். இதை ஆதி திராவிட மக்கள் கண்டு களித்து, மகிழ்ச்சியோடு பெருமை பேசி கொண்டாடினார்கள். இரவிலும் (தீபாலங்காம்) ஒளிமிக்க மின் விளக்குகளால் அலங்கரிக்கப்பட்டிருந்தது.

கவர்னர் ஜெனரல் அவர்களுக்கு (வந்தனோபசார) வரவேற்பு, உபசாரம் அளிக்க உத்தவு பெற்று, மகாசன சபை தலைவரையும், ஆறு உறுப்பினர்களையும் அழைத்துக்கொண்டு காரியதரிசியாகிய நான் கவர்னர்

மாளிகைக்கு அழைத்துச் சென்றேன். போகும் வழியில் எங்களில் ஒருவர், நம் இனத்திலுள்ள பெரும் முக்கியஸ்தரையும் அழைத்துப் போகலாம் என்று ஆலோசனை சொன்னார். சரி என்று ஆமோதித்து அந்த பணக்காரரை சென்று பார்த்தோம். அவர், தாமதம் செய்து, அதிகமாகப் பேசிக் கொண்டிருந்துவிட்டு இறுதியில் வரவில்லை என்று கூறிவிட்டார். இதனால் காலதாமதமாகி குறித்த நேரத்திற்கு செல்ல முடியாமல் அரை மணி நேரம் தாமதமானது. எங்களைக் காணாததால் அரசு மாளிகையில் நுழைய பயந்து, நாங்கள் எங்கேயாவது நின்று கொண்டிருப்போமென்று நினைத்து கட்டிடத்தைச் சுற்றி சேவகர்கள் தேடிக் கொண்டிருந்தார்கள். நாங்கள் நேராக கட்டிடத்தின் முன்புற முகப்பில் சென்று வண்டியை விட்டிறங்கி உள்ளே சென்றோம். கவர்னர் மாளிகைக்குள் இதற்கு முன்னர் இவ்வினத்தார் சென்றதில்லை என்பதால் (Chief Secretary) முதன்மை செயலாளருக்கு இப்படிப்பட்ட சந்தேகம் இருந்திருக்கிறது. உள்ளே சென்ற போது அங்கே ஆங்கிலேய இந்தியர்கள், முகமதியர்கள், கிறித்தவர்கள் எட்டு, எட்டு பேர் குழுவாக நின்று கொண்டு காத்திருந்தனர். நாங்களும் ஒரு குழுவாக சேர்ந்து நின்றோம். எங்களைக் கண்டதும் மற்ற சமூகத்தார் எங்களை கோபமாக வெறுப்போடு பார்த்தார்கள். அவர்களோடு, எங்களையும் ஒரு சமூகமாக சரிசமமாக அங்கீகரித்து எல்ஜின் பிரபு இனிமையாகப் பேசினார். அன்று முதல் இந்து சமூகத்திலிருந்து பிரிந்து பறையர் என்ற தனி சமூகமாக அங்கீகரித்து வந்தனர். பின்னர் வந்த அரச பிரதிநிதிகளும், கவர்னர்களும் இவர்களைத் தனியோர் சமூகமாக அங்கீகரித்து அனுசரணையாக நடந்து கொள்கிறார்கள்.

(மாகூஷிமை பொருந்திய மகாராணி இந்திய சக்ரவர்த்தினி அவர்களுடைய அறுபதாவது ஆட்சி விழா) இங்கிலாந்து மகாராணி அவர்களின் இந்திய ஆட்சியின் அறுபதாவது விழா குறித்து 1898ம் வருடம் நான் வாழ்த்து கூறி மரியாதை நிமித்தம், உபசார பத்திரிகை ஒன்றை அனுப்பினேன். இது குறித்து இந்திய முதன்மை செயலர் (செகரெடரியார்) 1898ம் வருடம், ஜூன் மாதம் 11ம் தேதி என்னுடைய பாராட்டுப்பத்திரிகையை மகாராணியார் அக மகிழ்ந்து ஏற்றுக் கொண்டதாக எனக்கு மடல் எழுதி அனுப்பினார். ஆங்கிலோ இந்தியர், முகமதியர், கிறித்துவர் ஆகிய மூன்று சமூகத்தவர் போன்று பறையர், பஞ்சமர், தாழ்த்தப்பட்டோர் என்றும் பல பேரால் அழைக்கப்பட்டு இப்போது, ஆதி திராவிடர் என அழைக்கப்படும் சமூகத்தவர்களுக்கு மாற்றம் ஏற்பட்டுள்ளது. அதாவது பிற சமூகத்தவர் போல் அரசாங்க காரிய நிர்வாகத்திலும் செயல்படுத்தி நிறைவேற்றுதல் மற்றும் மேற்பார்வையிலும் அரசு விவகார மந்திரி பதவியிலும் பங்கேற்கும் உரிமையும் ஏற்பட்டுள்ளது. இதனால் சட்டசபைகள், முனிசிபாலிட்டிகள், லோக்கல் போர்டுகள், பஞ்சாயத்துக்கள் மற்றும் நிறுவனங்களில் சேரவும், சிவில் சர்வீஸில் உயர்தர உத்தியோகம் பெறவும், மேயர்களாகவும் இடம் பெற்று, கல்வியிலும் செல்வத்திலும் ஏற்றமடைய ஆதிதிராவிட இனத்தவர்களை நான் ஒன்று சேர்த்து ஒரு முக்கிய குல சமூகமாக நிலை நாட்டியதும் மூல காரணமாகும்.

இச் சமூகத்தவர்களின் மகாசபை (பறையர் மகாசபை) தொடர்ந்து நடைபெற்று வந்தது. ஆனால் கால மாற்ற வரையறுத்தலால் பெயர் மாற்றப்பட்டது. அவையாவன, சென்னை மாகாண தாழ்த்தப்பட்டோர், ஐக்கிய மகாசபை, (Madras Depressed Classes Federation) என்றும் (பட்டியலின) செட்யூல்டு காஸ்ட் பார்ட்டி (Scheduled castes party) என்றும்

இவ்வினத்தின் பிரமுகர்கள் நடத்தி வருகிறார்கள். இவற்றில் என்னை தலைவராக தேர்ந்தெடுத்து செயல்பட்டார்கள். இன்றும், இவ்வினத்தை சேர்ந்தவர்களை சாதி இந்துக்கள் கொடுமைப்படுத்தி கொண்டுதான் இருக்கிறார்கள். சில வருடங்களாக சிவில் சர்வீஸ் தேர்வுகள் இந்தியாவிலும் நடைப்பெற்று வருகிறது. இந்த தேர்வில் நமது இன வாலிபர்களும் தேர்வு பெறும் திறமையில் முன்னேறியிருப்பதால் இத்தேர்வு இந்தியாவில் நடப்பதைப பற்றி எதிர்க்கவில்லை. தினந்தோறும் செய்யக்கூடிய (கர்மானுஷ்டங்களை) நித்ய கடமைகளை நடத்துகிறபோது என் இனத்தவர்களின் துரதிருஷ்டமான நிலைமையை நினைத்து வருந்துவேன். இந்த நிலையை நினைத்து நல்ல விதத்தில் சுத்தம், சுகாதாரத்தோடு முன்னேற்றமடைந்து வாழ வேண்டி கடவுளின் அருளைத் தருமாறு நான் பிரார்த்தனை செய்து வருகிறேன்.

தங்கள் சமூகத்தை சீர்தூக்க பாடுபடுவர்கள் வம்ச பரம்பரையாக சகல சம்பத்தும் உடையவர்களாவார்கள்.

கல்வி

தாழ்த்தப்பட்டும், ஏழைகளாகவும், அறியாமையில் மூழ்கி புதைந்திருக்கும் இச்சமூகத்தினரை உயர்த்த வேண்டுமென்றால் அவர்களுக்கு கல்வி கற்பதை கட்டாயம் பரவச் செய்ய வேண்டுமென்று கருதி G.O.68-1803 அரசாங்க உத்தரவு ஒன்றை வெளியிட்டனர். இது ஒரு மைல்கல் என்றே சொல்லலாம். குறைந்தபட்சம் ஏழு பிள்ளைகள் படிக்க சேர்ந்தால் அதை ஒரு பள்ளிக்கூடமாக அரசாங்கம் ஒப்புக்கொண்டு மானியம் கொடுக்க வேண்டும், என்றும் இன்னும் பல அனுகூலமான விதிகளும் அதில் இருந்தன.

தீண்டத்தகாத பிள்ளைகளுக்கு பாடம் கற்றுக்கொடுக்க சாதி இந்துக்கள் முன் வரவில்லை. அதேசமயம் தீண்டத்தகாத சமூகத்தில் ஆசிரியக்ள் கிடைக்கவில்லை. சென்னை நகரில் மதமாற்றுதலுக்காக என்று அவரவர்கள் துவங்கிய பள்ளிக் கூடங்களுக்கு அரசாங்க உத்தரவு அனுகூலமில்லாததால் அந்த விதிகளின்படி இந்த இனத்து பிள்ளைகளை சேர்த்துக்கொள்ள அவர்களுக்கு மனமில்லை. ஆகையால், அரசாங்க உத்தவு என்பது சென்னை நகரில் பயன்படாமல் போய்விட்டது. இந்த துர்பாக்கியமான நிலையை அரசுக்கு 1898ம் வருடம் அக்டோபர் மாதம் 21ம் தேதி தெரிவித்திருந்தேன். இதன் பயனாக சென்னை மாநகராட்சி பள்ளிகளை ஆரம்பிக்க அரசு உத்தரவு அளித்தது. மேல்நிலை கல்வி கற்றுத்தேர்தலில் இவ்வினத்தவர் நாளுக்கு நாள் முன்னேற்றமடைய துவங்கியுள்ளனர்.

அரசு ஆவணங்களை ஆராய்ந்து பார்த்தால் 1772 வருடம் முதல் இவ்வினத்தவர் பால் அரசு அக்கரை காட்டிவந்துள்ளதை அறிய முடிகிறது. அந்த காலக்கட்டத்தில் பாராளுமன்றத்திற்கும், நமது அரசாங்கத்திற்கும் கடிதப் போக்குவரத்து மூலம் நம் நிலையை அறிந்து கொண்டு, நம்மின குடியானவர்களுக்காக பல நல்ல காரியங்களை அரசு நடத்தியிருக்கின்றது. 1818ம் ஆண்டு வருவாய்த் துறை, ஆட்சியாளர்கள் நம்மின குடியானவர்களின் நிலைமை குறித்து விசாரித்திருக்கின்றனர். அதற்குப் பிறகு இதைப் பற்றி அதிக அக்கறை காட்டவில்லை. ஆனால் 1893ம் வருடம் தான் கல்வி கற்றுக் கொடுக்க அரசு முயற்சித்தது. அதிலும் அரசின் முயற்சி பலிக்கவில்லை. காரணம், கிராம அதிகாரிகள், வருவாய்துறை, கண்காணிப்பாளர், ஆய்வாளர்கள், தாசில்தார்கள், துணை ஆட்சியர்கள், ஆட்சியர்கள்,

இதர உத்தியோகத்திலிருப்பவர்கள் அனைவரும் சாதி இந்து இன பந்துக்களாயிருந்தனர். அவர்களுக்குள் நில சம்பந்தப்பட்டவர்கள் அதிகமானவர்களாவர். இவர்களனைவரும் நம்மின குடியானவர்களை முன்னேறவிடாமல் பல சூட்சம, சூட்சிகளை தொடர்ந்து செய்து வந்தனர். இதனால் அரசு முன் வந்தும் கூட நடைமுறைப்படுத்த முடியாத விபரீத நிலையிருந்தது. அப்போது நான் 121 வருட காலம் கேட்பாரற்று இருந்த நிலை இனியும் நீடிக்கவிடக்கூடாது என்று தான் நம்மினத்தவர்கள் கல்வி கற்க விடாமுயற்சியாய் பாடுபட வேண்டுமென்று, 1893ம் வருடம் "பறையன்" பத்திரிகையை பிரசுரித்தேன். அது ஒரு தூண்டுகோல் ஆனது. லேபர் கமிஷனர் மூலமாகவும் துறை இயக்குனர் மூலமாகவும் வருடாவருடம் 20 லட்சம் முதல் 30 லட்சம் ரூபாய் வரை அரசு நம்மினத்தவர் கல்வி கற்க வேண்டி செலவு செய்துள்ளது. நம் மக்கள் இவ்வினத்தின் பேரால் தாங்கள் பெற்று அனுபவித்ததை, தங்களினத்தவரை சேர்ந்த மற்றவர்களுக்கும் உதவி இவ்வினத்தை முன்னேற்றம் பெறச் செய்ய வேண்டும். ஏனென்றால் முன்னேற்றத்திற்கு கல்வியே முக்கிய மூல காரணமாகும்.

நான் சென்னை (சர்வகலா சங்கத்தில்) பல்கலைக்கழகத்தில் 10 வருட காலமாக அங்கத்தினராக இருந்து, ஆதி திராவிடர் முன்னேற்றத்தை கண்ணும் கருத்துமாக காத்து வருகிறேன்.

சட்டசபை

நான் சட்டசபை அங்கத்தினராகி மூன்று மாதத்திற்குள் ஒரு தீர்மானத்தை சபையில் தாக்கல் செய்த போது சட்டசபையில் ஏகமனதாய் ஏற்று நிறைவேற்றப்பட்டது.

இத்தீர்மானம் அரசால் சட்டமாக்கப்பட்டது. அதாவது தாழ்த்தப்பட்ட வகுப்பை சேர்ந்தவர்கள், பொது சாலைகள், கிணறுகள், பொதுக்கட்டிடங்கள், அங்காடிகள் என அனைத்துப் பொது பயன்பாடுகளை தடையின்றி உபயோகப்படுத்தலாம் என்பது தான் என் தீர்மானம். பின்னர் என்னுடைய தீர்மானம் சட்டமாக்கப்பட்டது.

மதுவிலக்கை கடைபிடிக்க வேண்டுமென்ற கருத்தில், ஆரம்பமாக வாரம் ஒரு நாள் ஞாயிற்றுக்கிழமைகளிலும், பண்டிகை நாட்களிலும் விடுமுறை நாட்களிலும் அரசு சாராயக் கடைகளை மூடப்பட வேண்டுமென்று, ஒரு தீர்மானத்தை சட்டசபையில் தாக்கல் செய்தேன். இதையும் சட்டசபையினர் ஏற்றுக்கொண்டார்கள். ஆனால் சில மாதங்கள் மட்டுமே சாராயக் கடைகளை ஞாயிற்றுக்கிழமைகளில் மூடிவைத்துவிட்டு, கலால் வருமானம் குறைந்துவிடுகிறதென்ற காரணத்தைக்கூறி அரசாங்கம் மறுபடியும் கடைகளை வழக்கம்போல் அனைத்து நாட்களிலும் திறந்து விட்டது.

எழுதப்படிக்க தெரியாத பாமர மக்கள் கைநாட்டு அல்லது விரல் முத்திரை வைத்து ஏமாறுவதை தடுக்க சபையில் நான் ஒரு "மசோதா தாக்கல் செய்தேன்" அதாவது, தாசில்தார்கள் அல்லது அவர்களைப் போன்று பொறுப்பானவர்கள் முன்பு சாட்சிகளுக்கு முன்பு பத்திரத்தில் அடங்கிய வாசகங்களை தெளிவாக சம்பந்தப்பட்ட நபரிடம் வாசித்துக்காட்டி கைவிரல் முத்திரைப் பதிய வேண்டுமெனவும், சாட்சிகளும், பொறுப்பானவர்களும் அதில் கையொப்பமிட்டு, பத்திரத்தைப் பூர்த்தி செய்ய வேண்டுமெனவும், கிராம முன்சீப், (நிர்வாக அலுவலர்) கணக்கர்கள் முன்பாக கைவிரல் முத்திரையை இடும் பத்திரங்களை செல்லாது என்று அறிவிக்கக் கோரிய ஒரு மசோதாவை சமர்ப்பித்தேன். ஆனால் அரசு இந்த மசோதாவை

அங்கீகரிக்கவில்லை. அரசு, முன்சீப், கணக்கர் தொழிலில் வம்ச பாரம்பரியமாக நியமிக்கக்கூடாது என்று ஒரு தீர்மானத்தை சபைக்கு கொண்டு சென்றேன். இது குறித்து மேற்படி உத்தியோகத்திலிருப்பவர்கள் நாடுமுழுவதும் கூட்டங்கள் கூட்டி வெகுவாய் எதிர்த்தார்கள். இதையடுத்து அந்த தீர்மானம் சபைமுன் வைக்கப்படவேயில்லை.

கிராம முன்சீப் நீதிமன்றங்களில் குற்றவாளிகளை தொழுவத்தில் போட்டு அடைக்கும் சட்டத்தையும் அந்த வழக்கத்தையும் எதிர்த்து இனி கடைபிடிக்கவிடாமல் செய்தேன். அதுமட்டுமின்றி தொழுவங்களையும் எரித்து சாம்பலாக்கச் செய்தேன்.

உப்பு வரியை முற்றிலும் நீக்க வேண்டுமென்று ஒரு தீர்மானத்தை சட்டசபையில் கொண்டு வந்தனர். உப்பு விலை மிகக் குறைவு என்பதால் ஏழை மக்களுக்கு பாதிப்பில்லை. மேலும் உப்பு வரியில் அரசுக்கு வரும் வருமானத்தில் ஏழை எளிய மக்களுக்கு பல உதவிகள் செய்ய முடியுமென்று நான் எதிர்பார்த்தேன். ஆனால் வரி குறைக்கப்படவில்லை. இதன் காரணமாக இந்திய அரசாங்கம் சென்னை மாநில அரசுக்கு பத்து லட்சத்திற்கும் மேலாக கொடுக்க வேண்டி வந்தது. அந்த 10 லட்சம் ரூபாயை ஆதிதிராவிடர்களுக்காக அரசு செலவிடும் என்று நான் எண்ணினேன். ஆனால் அந்தப் பணத்தை அரசாங்கம் வேறு துறைகளுக்கு ஒதுக்கி செலவழித்தது.

இது போன்று நிலவரியைக் குறைக்க வேண்டுமென்று ஒரு தீர்மானம் சட்டசபையில் கொண்டுவரப்பட்டது. நிலசுவான்தார்கள் நிலம் சாகுபடிசெய்யக்கூடியதற்கு மேலாக பரந்த நிலப்பரப்புகளை வைத்துக்கொண்டு நில வரி குறைப்பைக் கேட்பது எந்த விதத்திலும்

நியாயமில்லை. அரசு நிலத்தை சாகுபடி செய்து பிழைக்க, ஏழை விவசாயிகள் மனு கொடுத்தால், நீர் பிடிப்பு, மேய்க்காலிடம், மாடுகள், போகும் பாதை, மாடுகள் பொங்கலுக்கு சேர்ந்து நிற்குமிடம் என்று பல காரணங்களைச் சொல்லி ஆட்சேபித்து தடுப்பதும், ஒரு கல்லை நட்டுவிட்டு எல்லைப் பிடாரியை பூசை செய்யுமிடம் என்று கூறியும் அனைத்து விதங்களிலும் முட்டுக்கட்டைகள் போடும் தனவந்தர்கள், அவர்கள் நிலங்களில் உழவுத் தொழில் செய்யும் உழைப்பாளிகளுக்கு ஒரு நாள் கூலியாக இரண்டு அணா கூலிக்கூட சரிவரக் கொடுப்பதில்லை. தங்கள் பிள்ளைகளை உயர்கல்வி பயிற்றுவித்து பெரிய உத்தியோகங்களில் அமர்த்தி, மெத்தை வீடுகளில் வாழ்ந்து, மோட்டார் வாகனங்களில் பயணித்து சுகம் பெற்றிருப்பவர்கள், நிலவரி செலுத்த சக்தியற்றவர்களென்பதை எள்ளளவும் ஒப்புக்கொள்ள முடியாதென்று பலமாய் எதிர்த்து மேற்கூறிய மசோதாவை எதிர்த்து தாக்கினேன். அரசு வரியைக் குறைக்கவில்லை என்பது குறிப்பிடத்தக்கது.

சட்டசபையில் தாழ்த்தப்பட்ட இனத்தவரான கனம் பொருந்திய அங்கத்தினக்ள் தங்கள் தொகுதியில் என்னை தலைவராக தேர்ந்தெடுத்தார்கள். 15 வருட காலம் சட்டசபையில் உறுப்பினராக இருந்தேன். இதற்கு பின்னரும் தற்போது நடக்கும் சட்டசபைகளில் (Legislate Council) மேலவை உறுப்பினராக நியமிக்கப்பட்டு செயல்படுகிறேன்.

சபையின் பல (Committes) குழுக்களில் உறுப்பினராகவும் முக்கிய பதவிகளிலும் இருந்தபோது நான் பேசிய விஷயங்கள் அநேகமாகும். பல (கமிஷன்கள்) ஆணையங்களுக்கு முன்னால் சாட்சியங்களும் கூறியுள்ளேன்.

இந்த சரித்திரத்தை அச்சிடப்போகும் தறுவாயில் ஆதிதிராவிடர்களுக்குப் பல தொல்லைகள் தரும் சாதி இந்துக்கள், வாதித்து வரும் பழக்க வழக்கங்கள், மாமூல் போன்றவற்றை வேரோடு களைய, ராவ் பகதூர், எம். சி.ராஜா சட்டசபையில் ஒரு மசோதாவை தாக்கல் செய்தார். இதை மேலவை கீழவை ஆகிய இரண்டு சபைகளும் ஏற்றுக்கொண்டு சட்டமாக்கப்பட்டது. ஆனால் இந்த சட்டமும், பிரிட்டிஷ் மலையாளம் ஜில்லா ஆலய பிரவேசம் சட்டமும் பல்லில்லா பாம்புகளை போன்றது. ஏனென்றால் இச்சட்டங்களை மீறினால் அவர்கள் பேரில் சிவில் வழக்காக நீதிமன்றத்தில் புகார் கொடுக்க வேண்டுமாம். சாதி இந்துக்கள் அவைகளைப் பசியால் வருந்தச் செய்து கொன்றுவிட்டால் இவ்வினத்தார் காப்பாற்றினால் சில நாட்களில் பற்கள் முளைத்துவிடும்.

வட்டமேசை மாநாடு

சர்வ கட்சி மகாசபை என்னும் வட்டமேசை மாநாட்டுக்கு என்னையும், டாக்டர் அம்பேத்கரையும் இந்தியாவில் தாழ்த்தப்பட்டோர் பிரதிநிதிகளாக அரசு தேர்ந்தெடுத்து இங்கிலாந்துக்கு வர வழைத்திருந்தார்கள். நாங்களிருவரும் நகமும், சதையுமாக இருந்து உழைத்தோம். 1928, 1929 ஆம் வருடங்களில் நடந்த மகாசபைக்கு நாங்களிருவரும் சென்றிருந்தோம். 1930ம் வருடம் மகாசபை சர்வ கட்சி கூட்டத்திற்கு டாக்டர் மட்டும் சென்றார், நான் வட்ட மேசை மாநாட்டின் (Viceroy Consultative Committee) இந்தியாஇராஜபிரதிநிதி கமிட்டிக்கு ஆலோசனை கூற அழைக்கப்பட்டு அதில் பங்கேற்றேன். இருவரும் இந்தியாவிலுள்ள இந்த மக்களுக்கு தனித் தொகுதியும், வாக்கு உரிமையும் கேட்டுப் பெற்றோம்.

மற்ற சமூகத்தாரைவிட அதிக அனுகூலமாக அளிக்கப்பட்டது, குறிப்பிடத்தக்கதாகும். இதன் பலா பலன்களை அடுத்த இரண்டு மூன்று தேர்தல்களில் தாழ்த்தப்பட்டோர் தெரிந்து கொள்வார்கள். சில நாட்களில் தாழ்த்தப்பட்டோர் உயர்த்தப் பட்டோராகியும் வெகு பலமிக்க சமூகத்தவர்களாகியும் ஆட்சியைக் கைப்பற்றும் நிலைக்கு வந்துவிடுவார்கள். இதையறிந்த

சாதி இந்துக்கள், தாழ்த்தப்பட்ட மக்கள் தங்களிடமிருந்து பிரிந்துபோய் தனி சமூகமாக ஆகாத வண்ணம் தங்களோடு சேர்த்துக் கொள்ள, ஆலய பிரவேசம் என்றும், தீண்டாமையை ஒழிக்கப் போவதாகவும் கிளர்ச்சி ஏற்படுத்தி வருகிறார்கள்.

இந்த வட்டமேசை மாநாடு நடந்து கொண்டிருக்கும் காலத்தில் நேர்ந்த இரண்டொரு சம்பவங்களை மாத்திரம் பகிர்ந்துகொள்ள கடமைப்பட்டுள்ளேன். ஜார்ஜ் மன்னரையும் (ஐந்தாம் ஜார்ஜ் மன்னர்) இராணியையும் காணும் பொருட்டு வின்சர்காஸல் (Windsor Castle) என்னும் ராஜ மாளிகைக்கு மாநாட்டு இந்திய பிரதிநிதிகள் அழைக்கப்பட்டனர். என்னுடனும், ஐந்தாம் ஜார்ஜ் சக்கரவர்த்தி, சக்கரவர்த்தினி இருவரும் கைகுலுக்கி உபசரித்தார்கள். இது போன்று மூன்று முறை நடந்தது. ராஜமாளிகையில் சிற்றுண்டியும், பரிமாரப்பட்டது.

மற்றுமொரு முறை, எனக்கு மன்னரிடம் பேச நேர்ந்தது. அவ்வமயம் தீண்டாமை என்றால் என்னவென்று மன்னர் என்னிடம் வினவினார். மேல் சாதியைச் சேர்ந்தவன், கீழ் சாதியை சேர்ந்தவர்களை தொடமாட்டான், தீண்டமாட்டான் என்று பதிலுரைத்தேன். அதற்கு மன்னர், "ஒரு கீழ் சாதியைச் சேர்ந்தவன் தெருவில் விழுந்துவிட்டால், மேல் சாதியைச் சேர்ந்தவன் தூக்கிவிடமாட்டானா?" என்று மீண்டும் வினவினார். இல்லை தூக்கிவிடமாட்டான் என்று நான் பதிலளிக்கையில் மன்னவர் திடுக்கிட்டு அசைந்து நின்று, அவ்விதம் நடக்க என் ராஜ்ஜியத்தில் நான் விடமாட்டேன் என்றார். மன்னவர் மாளிகைக்குள் பிரவேசிக்கவும், மன்னரோடு கைகுலுக்கி பேசவும் முடிந்த பாக்கியம் நமது சமூகத்தை பொருந்தியதல்லவா? இதர சமூகத்தோரோடு நம்மையும் சமமாக மன்னர்

நடத்தியதினால் ஆங்கிலேய அரசாட்சி எவ்வளவு அன்பும், அருமையுமானதென்றும் விளங்குகிறது.

லண்டன் மாநகரில் எனக்கு ஒரு பழைய சம்பவம் நினைவிற்கு வந்தது. 1893ம் வருடம் சிவில் சர்வீஸ் தேர்வுகள் இந்தியாவில் நடைபெற எத்தனித்த போது, நான் நம்மின மக்களுடன் எதிர்த்ததை முன்னிட்டு விவாதம், அலோசனை நடந்தது. அப்போது, காங்கிரஸுக்கு ஆதரவாயிருந்து அவர்கள் சார்பாக பேசிய (Eardly Norton) நார்ட்டன் துரை அவர்கள் ஏளனமாக என்னைப் பார்த்து தாழ்த்தப்பட்ட வகுப்பை சேர்ந்த நான் (Paddington) பாடிங்டன் என்னும் ஓர் குக்கிராம குடிசையினின்று செயின்ட் ஜேம்ஸ் எனும் ராஜமாளிகைக்குப் (St. James Palace) போக ஆட்சேபிக்கிறேன் என்றார். இன்று, வட்டமேசை மாநாடு அவர் சொன்ன செயின்ட் ஜேம்ஸ் மாளிகையில் (St. James Palace) தான் நடந்தது. ஒரு நாள் அம்மாளிகையின் ஒரு பெரிய அறையில் நான் வீற்றிருக்கும்போது நார்ட்டன் துரை சொன்னது என் ஞாபகத்திற்கு வந்தது. நான் புன்சிரிப்போடு ஏழை மக்களின் பொருட்டு நடப்பவையெல்லாம் இறைவன் செயலென நினைத்து மகிழ்ந்தேன்.

நான் இந்தியாவிற்கு திரும்பி வந்தபோது வட்டமேசை மாநாட்டில் இவ்வினத்தவர் சார்பாக நடந்த அனைத்து செய்திகளையும் என் சொந்த செலவில் அச்சிட்டு பிரசுரங்களை விநியோகித்தேன். மேலும் பல கூட்டங்கள் கூட்டியும் விளக்கி உரையாற்றினேன்.

(புதிய சீர்திருத்தம்) பூனா ஒப்பந்தம்

பூனா ஒப்பந்தத்திற்கு பிறகு, மகாண (மாநில) சட்டசபையானது மேல் சபை (Legislatrue Council) என்றும்

கீழ் சபை (Legislature Assembly) என்றும் சென்னையில் அமையப் பெற்றது.

கூட்டுத்தொகுதி

சட்ட சபையில் ஒடுக்கப்பட்ட வகுப்பினர்களை இதர சமூகத்தைச் சேர்ந்த கட்சிக்காரர்கள் அவரவர் சார்ந்த கட்சிகளில் சேர்த்துக்கொள்ள முயன்றார்கள். சட்டமன்றத்திற்கு தேர்ந்தெடுக்கப்பட்ட 30 உறுப்பினர்கள் கூட்டாகசேர்ந்து தனியொரு கட்சியாகவோ, குழுவாகவோ இல்லாமல் அவர்களில் 27 பேர் காங்கிரஸ் கட்சியில் சேர்ந்து விட்டார்கள். இவர்களை தேர்ந்தெடுத்தவர்களும் (Voters) தேர்ந்தெடுக்கப்பட்டவர்களும் (Elected Members) தங்களது சமூக சேவைகள் இன்னதென்றும் அதனால் உண்டாகும் பலன்களை கவனியாமலேோ, தெரியாமலேோ நடந்து கொள்கிறார்கள் என்பதை தெரியாமல் கூட்டு தொகுதியில் உண்டான கெடுதி என்று இந்த சமூகத்தை சேர்ந்தவர்கள் நினைக்கலாம். ஆனால் இதற்குக் காரணம் அறியாமை மற்றும் வறுமையாகும். கூட்டுத்தொகுதி மட்டுமல்ல தனித் தொகுதியினாலும்கூட மேற்கண்ட காரணங்களால் கெடுதியே நேரிடும். கூட்டுத்தொகுதி என்பது தனித்தொகுதியும், பொதுத்தொகுதியும் இணைந்த ஒரு கலப்புத் தொகுதியாகும். கூட்டுத்தொகுதி என்பது பொதுத்தொகுதிக்கு ஒருவரும் தனித்தொகுதிக்கு ஒருவருமாக குறைந்தபட்சம் இரு உறுப்பினர்களைத் தேர்ந்தெடுக்கும் தொகுதியாக இருக்க வேண்டும். கூட்டுத்தொகுதியில் குறைந்தபட்சம் ஒரிடமாவது இட ஒதுக்கீடு முறையில் செய்யப்பட வேண்டும்)

தனித்தொகுதி

சென்ற 1938ம் வருடம் நவம்பர் மாதம், கார்ப்பரேசன் தேர்தல், நடந்த போது ஆதிதிராவிடர் சமூகத்திற்கென்று தனித்தொகுதியில் ஒதுக்கி வைத்த இடத்திற்கு வேட்பாளராக நின்றவர்கள் இதர சமூகத்திற்கும், இதர கட்சிக்கும் நிற்பதாகக் கூறி ஆதரவு கேட்க ஆதி திராவிட சமூக வாக்காளர்கள் சம்மதம் தெரிவித்து ஆதரித்து வாக்களித்தனர். இதனால் இந்நகரில் கல்வி, பொருட்செல்வம், விதரணை தேர்தல் காரியங்களில் அறிந்து அனுபவமிக்கவர்களும் தங்கள் சமூகத்தை அலட்சியப்படுத்திவிட்டு பிற சமூகத்தையும் இதர கட்சியையும் ஆதரித்து வருவது தெரிகிறது. சமூகத்தவர் செய்யும் இக்குற்றத்திற்கு பூனா ஒப்பந்தம் செய்தோரைத்தான் நித்திப்பேன். நம் தேசத்தின் சரித்திரத்தையும், ஆதி திராவிட சமூகத்தின் சரித்திரத்தையும் பார்த்தால், பூனா ஒப்பந்தத்தின் வரைவுப்படி பத்து வருடங்கள், பத்து நொடிகள் போன்று பறந்துவிடும்.

பூனா ஒப்பந்தத்தை அநுபந்தம் 3ல் காணலாம். நானும் என் சகா அம்பேத்கரும் வட்டமேசை மாநாட்டில் பாடுபாட்டு பெற்ற வாக்குரிமைக்கான தகுதியை இம்மக்களுக்கு வெகு சுலபமாய் கிடைக்கச் செய்தோம். இவ்வினத்தவர் வாக்குரிமைப் பெற்ற பிறகு, சட்ட சபை உறுப்பினர்களாக 30 பேர் தேர்ந்தெடுக்கப்பட்டு அவர்களில் 27 பேர் தங்கள் வாக்குரிமைகளை இதர கட்சியினருக்கு பலி கொடுத்துக்கொண்டிருப்பதை இச் சமூகத்தவர் கவனிக்காமலிருப்பதை பார்க்க என் மனம் மிகவும் வருந்துகிறது. சமூகச் சேவை செய்பவர்கள் தங்கள் சந்ததி செழிக்க உழைப்பவர்களாவர்.

தீண்டாமை என்பது இந்தியாவிலிருக்கும் வரை பூரண சுயராஜ்யம் ஏற்படுவது சாத்தியமில்லை என்று சாதி இந்துக்கள் உணர்ந்து கொண்டதால், தீண்டத்தகாதவர்களை ஆலயங்களுக்குள் அனுமதிக்க ஆலய பிரவேசம் என்னும் மசோதாவை அரசு மூலம் சட்டசபையில் கொண்டு வந்தனர். இம் மசோதாவை சட்டசபையின் இரு அவைகளிலும் ஒப்புதலிளித்து சட்டமாக்கினர். ஆங்கிலேயராட்சியின் மலையாளம் ஜில்லாவில் இந்து ஆலயங்களில் இந்து மதத்தைச் சேர்ந்த தீண்டத்தகாத மக்களை பிரவேசிக்க அனுமதியளிக்க வேண்டிய சரத்துக்கள் அந்த சட்டத்தில் கொண்டுவந்தனர். கூடிய விரைவில் அமலுக்கு வரும் போலும். அநேக முக்கியமான ஆலயங்கள், ஆதி திராவிட சமூகத்தைச் சேர்ந்த பெரியோர்களை தகனம் செய்த இடங்களில் கட்டப்பட்டவை என்று "பறையன்" என்ற பத்திரிகையிலும், துண்டு பிரசுரங்களாக அச்சடித்தும் விநியோகிக்கச் செய்தேன். ஆதி திராவிட ஆலயங்களில் பிராமணர் முதல் சகல சாதி மதங்களை சேர்ந்தவர்கள் உள்நுழைந்து வணங்கலாம். ஆனால் சாதி இந்துக்களின் ஆலயங்களில் தங்களைச் சார்ந்த நான்கு சாதியாரைத் தவிர வேறுயாரும் பிரவேசிக்கக்கூடாது. சாதி இந்துக்கள் ஆலயங்களை ஆதி திராவிடருக்கு திறந்து விட்டால் விருப்பமுள்ளவர்கள் பிரவேசிக்கலாம். சாதி இந்துக்கள் தங்கள் ஆலயங்களை திறந்துவிட அவர்களுக்குள் ஆலோசித்து தீர்மானித்துக்கொள்ளட்டும். ஆலயப் பிரவேசம் என்னும் துண்டு பிரசுரங்களில் இதைப்பற்றி வெகுவாய் விவரித்து வெளியிட்டுள்ளேன்.

சனாதன தர்மத்தை நிலைநாட்ட இந்துக்களில் ஒரு பிரிவினர் சென்ற வருடம் சென்னையில் கூட்டம் போட்ட போது ஒரு துண்டு (பத்திரிகை) பிரசுரம்

அச்சடித்து விநியோகிக்கச் செய்தேன். அந்தப் பிரசுரத்தில் திருச்சிராப்பள்ளி சாம்பவ சாம்பான் என்பவரை ஐம்புகேஸ்வரர் என்றும் தஞ்சாவூர் பிரிவிடைசாம்பான் என்பவரை பிரகதீஸ்வரர் என்றும், திருவாரூர் தியாக சாம்பான் என்பவரை தியாகராஜ பெருமாள் என்றும் பெயர் மாற்றியுள்ளதையும் அவர்களை தகனம் செய்யப்பட்ட இடங்களில் கட்டியிருக்கும் கோயில்கள் திருப்பணிகளை கைப்பற்றி மானியம் திரவியம் எனும் செல்வம் ஆகிய உரிமைகளை அபகரித்த தோடில்லாமல் சாம்பவ சந்ததியரை (அத்திருப்பணிகளுக்குள்) அக்கோவில்களுள் நுழையவிடாமல் நீக்கி வைத்திருப்பது தருமமா? என்ன நியாயம் என்று கேட்டிருந்தேன்.

மதமாற்றல்

இந்து மதத்திலிருந்து இந்துக்களுள்ளிருந்து தாழ்த்தப்பட்டோர் மதம் மாற வேண்டுமென்று டாக்டர் அம்பேத்கார் பகிரங்கமாக அறிவித்த போது நான் தாழ்த்தப்பட்டோர் இந்துக்களில் உள்ளடக்கியில்லை எனவும் தாங்களிருக்கும் மதத்திலிருந்து கொண்டே ஆண்மையான வீரத்துவத்துடன் முன்னேற வேண்டுமென்று தந்தி மூலமாக அறிவுறுத்தினேன். இந்துக்கள் அனுசரிக்கும் நான்கு வர்ணங்களில் ஒன்றிலும் சேர்ந்திராததால் தாழ்த்தப்பட்டோர் இந்துக்கள் அடக்கத்திலில்லை என்பது வெளிப்படையாகும்.

பௌத்த மதம் : 1882ம் வருடம் மாது ஸ்ரீபிளாவட்ஸ்கி அம்மையாரையும், கர்னல் ஆல்காட்டு அவர்களையும் நீலகிரியில் சந்தித்து அவர்களுடன் சில நாள் பழகி வந்தேன். யோகானுபவ சங்கத்தில் சேர்ந்து அதன் தலைவராயிருந்த கர்னல், ஆல்காட்டு அவர்களால் (தீக்ஷ பெற்றேன்) உபதேசிக்கப் பெற்றேன். அவர் பௌத்த

மதத்தை சீர்தூக்கி பேசுவார். 1900ம் வருடம் அம்மதத்தை தாழ்த்தப்பட்டோர் சமூகத்தில் நுழைக்கத் தொடங்கினார். இதனால் நம் சமூகத்தில் பிரிவினை உண்டாகுமென அஞ்சினேன். அவரை பத்திரிகை மூலமாகத் தாக்கினேன். ஒருவரையொருவர் தான் தோன்றிய தம்பிரான் என்று விவாதித்துக் கொண்டேயிருந்தோம். சிலர் பௌத்தம் தழுவினர். பறையர் என்பதைவிட பௌத்தர் என்பது மெச்சத்தக்கது என்று சொல்லிக் கொண்டார்கள் சில இடங்களில் மடங்களைக் கட்டிக்கொண்டார்கள். பறையர் அல்லது ஆதிதிராவிடர்கள் என்னும் சமூகத்தவர்களுக்கு கல்வியிலும், பொருளாதாரத்திலும் அரசாங்கத்திடமிருந்து பெறுவதற்கான சலுகைகள், உதவிகள் பௌத்த மதத்தினராய் மாறிய சமூகத்தவர்களுக்கு கிடைக்காமல் போயிற்று.

இந்து சமயவாதிகள் என்னும் சாதி இந்துக்களும் தமிழ் சமயிகளாக தாழ்த்தப்பட்டோரும் ஒரே மத சார்பினராவர். சாதி இந்துக்கள் செய்யும் கொடுமைகளைத் தாள முடியாமல், தாழ்த்தப்பட்ட மக்கள் மதம் மாறிப் போகின்றனர். இந்த துர்பாக்கிய நிலையிலிருந்து சீர்தூக்க வேண்டுமென்று தாழ்த்தப்பட்ட மக்கள் பல நூற்றாண்டுகளாக முறையிட்டதிற்கிணங்கி கல்வியிலும், பொருளாதாரத்திலும் ஏற்றம் பெற அரசாங்கம் பல வருடங்களாக உதவிபுரிந்து வருகின்றது. தாழ்த்தப்பட்டோர் சமூகத்திலிருந்து மதம் மாறி வேறு சமூகத்தில் சேர்ந்து கொண்டவர்கள் தங்களை தாழ்த்தப்பட்டவரோடு சேர்த்து உதவ வேண்டுமென்று அரசிடம் விதண்டாவாதம் புரிந்து கேட்டுக்கொண்டிருக்கின்றனர். அரசாங்க சட்டப்படி சமூகங்கள் வரையறுக்கப்பட்டுள்ளது. அதன்படி ஒரு சமூகத்தைச் சேர்ந்தவருக்கு அரசு கொடுக்கும் உதவியை மற்றொரு சமயத்தார் பெற முடியாது. ஒரு

மதத்திலிருந்துவேறொரு மதத்திற்கு மாறினால் அவர்கள் இருந்த சமூகத்தினின்று வேறொரு சமூகத்திற்கு மாறியவர்களளாவார்கள். அவர்கள் முன்பிருந்த சமூகத்திற்கு கிடைத்த உதவியை மாறியிருக்கும் சமூகத்தில் இருந்து கொண்டு பெறக்கூடாது. அப்படி பெறச் செய்தால் மதம் மாறியவர்களே முழு உதவியையும் ஏற்றுக்கொள்வார்களென்றும், மேலும் தங்களை (மீதம் இருப்பவர்களையும்) மதமாற்றும் சூட்சியும் உண்டாகுமென்று, தாழ்த்தப்பட்ட சமூகத்தினர் பீதியடைகின்றனர். எனவே வேறு மதத்திற்கு மாறியவர்கள் வேறு சமூகத்தை சேர்ந்தவராதலால், தனிப்பட்டு தங்களுக்கு வேண்டிய உதவிகளை அரசாங்கத்திடமிருந்து தனியாக அந்த சமூகத்திற்கு பெற்றுக் கொள்வதே உத்தமமாகும். இந்தக் கருத்தை நான் சட்டசபையில் பலமுறைப் பேசியிருக்கிறேன். பத்திரிகைகளுக்கு எழுதியும் வருகிறேன்.

இந்திய காங்கிரஸ்

சென்னை அடையாரில் தியாசபிகல் செஸைட்டி என்னும் யோகானுபவ ஞான சங்கம் செயல்பட்டுக்கொண்டிருக்கிறது. 1884ம் வருடம், இச்சங்கத்தின் ஆண்டு விழா நடந்தது. இந்த சங்கத்தில் நானும் ஒரு உறுப்பினராயிருந்தேன். அந்த விழாவிற்கு வங்காளம் பாபுகளும், பம்பாய் பார்சீகளும், நமது மாகாண பிராமணர்களும், ஐரோப்பா, அமெரிக்கா, இலங்கை முதலான தேசங்களிலிருந்து பலரும் வந்து கலந்து கொண்டனர். நானும் சென்று விழாவில் கலந்து கொண்டேன். கர்னல் ஆல்காட் யோகானுபவ ஞான சங்கத்தின் (Theosophical Society) தலைவராவார். இவ்விழாவின் போது வங்காள பாபுகள் ஓர் ஆலோசனை செய்தனர். அதாவது இந்தியர்கள் இது போல் ஒன்று

சேர்ந்து கூடி அரசியல் சம்பந்தப்பட்ட ஒரு சபை அல்லது சங்கம் நடத்த வேண்டுமென்று யோசனை செய்தனர். பிறகு கல்கத்தாவிற்கு அவர்கள் சென்றபின் இந்தியா காங்கிரஸ் என்பது 1885ம் ஆண்டு துவக்கப்பட்டது. கர்னல் ஆல்காட் தன்னால் தான் காங்கிரஸ் துவங்கப்பட்டது என்று தன்னை காரணமாக சொல்லிக்கொள்வார்.

இந்தியா காங்கிரஸில் மேதாவிகளும் தனவந்தர்களும் இருந்தனர். அவர்கள் இந்த அமைப்பின் மூலம் அரசாட்சியை கைப்பற்ற வேண்டுமென்ற நோக்கத்துடன் பேசியும், நடவடிக்கைகள் எடுத்தும் வந்தார்களே தவிர, கோடிக்கணக்கில் இந்தியாவில் தாழ்த்தப்பட்டும் மிகவும் ஏழ்மைத்தனத்திற்குள்ளாக்கப்பட்டிருக்கும் தங்கள் தேசத்தவர்களின் நிலையை, முன்னேற்றத்தைப்பற்றி எள்ளளவும் அவர்கள் நினைத்தாரில்லை. இதனால் காங்கிரஸ்காரர்களிடம் வெறுப்பும், எதிர்ப்பும் தாழ்த்தப்பட்ட மக்களுக்கு உண்டாகிக் கொண்டிருக்கின்றன. 1894ம் வருடம் சிவில் சர்வீஸ் தேர்வுகள் இந்தியாவிலும் நடைபெறவேண்டுமென பாராளுமன்றத்தில் காங்கிரஸார் கொண்டு போன மசோதாவை தாழ்த்தப்பட்ட மக்கள் எதிர் மறுத்து வெற்றியும் பெற்றோம் என்பதை ஏற்கனவே கூறியிருக்கிறேன். 45 வருடங்களாக தாழ்த்தப்பட்ட மக்கள் காங்கிரஸாரோடு வாதம், எதிர்வாதம் தொடுத்துக் கொண்டிருக்கின்றனர். 1918ம் ஆண்டு முதல் திரு.காந்தி அவர்கள் பொது வெளியில் அவர் சார்பாக உள்ளவர்களோடு சேர்ந்து தீண்டாமையை ஒழிக்க வேண்டுமென்று சாதி இந்துக்களிடம் இருபது வருட காலமாக போராடி வருவது, காட்டில் பெய்யும் மழை போலிருக்கிறது.

திரு.காந்தி அவர்கள் காங்கிரஸுக்கு கற்பிக்கும் மேலதிகாரியாக விளங்குகிறார். தீண்டாமையை ஒழிக்க

வேண்டும் என்னும் இயக்கத்தை பரவச் செய்து வருகிறார். ஆனால் தீண்டாமையை ஒழிக்க வேண்டுமென்று சொல்ல சாதி இந்துக்கள் நா திரும்பியிருக்கிறதே தவிர அவர்கள் மனம் திரும்பவில்லை. தாழ்த்தப்பட்டோரில் ஒரு சிலர் "தீண்டாமை எனும் பேய் சாதி இந்துக்களை பிடித்தாட்டுகிறது" என்று கூறுவார்கள். தாங்களே அதை ஒட்ட முடியாது, நாங்கள் தடியெடுத்தால் ஒரு வருடத்திற்குள் நாட்டைவிட்டு துறத்தி விடுவோம். கலகம் பிறந்தால் நியாயம் பிறக்கும்" என்று கூறுகின்றனர். ஆனால் கலகம் என்பது கொடிய துன்பம் தரக்கூடியது. அதனின்று மீள்வதறகு வெகுநாள் செல்லும் என்பது என் கருத்து. காரணம், விரோதமும், வெறுப்பும், மமதையும் பாவமானவைகளாகும். அரசியல் தந்திரங்களை நன்கு ஆய்ந்தறிந்து, ஆட்சியை கைப்பற்றும் முறையை நோக்கி உழைப்பது தான் உபாயமாகும். இதற்கு ஆதி திராவிடர் சமூகத்தை வலுவானதாக்க வேண்டும். ஆட்டுக்கடாக்கள் சண்டையில் புகுவதும், ஆடு நனைகிறதென்று குந்தி அழுவதும், மந்தைக்குள் பாய்ந்து கொள்ளையடிப்பதுமான சாதி இந்துக்களைக் காண்கிறோம். இவர்களை அகற்றியும் பதவிக்கும், பணத்திற்கும், சமூகத்தை வஞ்சிப்பவர்களை வழிபடுத்திடவும் செய்ய வேண்டும். காங்கிரஸாரும் சாதி இந்துக்களும் சுயராஜ்ய முறையில் ஆட்சி நடத்துகின்றனர். மேலும் பூரண சுயாட்சி பெறவும் முயற்சித்து பாடுபடுகின்றனர். அவர்கள் சுயராஜ்யத்தை கைப்பற்றும் முன், ஆதி திராவிடர்கள் எதிர்த்து நின்று தங்கள் சமூகத்தை பலப்படுத்தி தீவிரமாக கரையேற வேண்டும். கஷ்ட, நஷ்டங்கள் தங்களுக்குண்டாகுமென்று சாதி இந்துக்கள் உணரும் வரை தாழ்த்தப்பட்ட மக்களுக்கு வழிவிடமாட்டார்கள் என்பது என்னுடைய அனுபவம். நாம் சமூகத்தை ஆதரித்து சமூக சேவை செய்யவேண்டுமென்பதே என் எண்ணமாகும்.

கல்வியாளர்களும், கனதனவான்களும் திரு. காந்தி அவர்களை எப்போதும் சூழ்ந்திருப்பார்கள். நான் அவர் உரையை (உபநியாசத்தை) 1895, 1896ம் வருடம் கிழக்கு பச்சையப்பன் கல்லூரியிலும், 1902ம் வருடம் கிழக்கு ஆப்பிரிக்கா, ஜான்ஸிபார் தீவிலும் கேட்டிருக்கிறேன். தென்னாப்பிரிக்காவிலுள்ள பீனிக்ஸ் என்னுமிடத்தில் அவர் உபவாசமிருந்து, முடித்த பத்தாம் நாளன்று சென்று அவரை சந்தித்தேன். என்னை உபசரித்து அன்பு பாராட்டினார். அன்று முதல் அவர் சிநேகம் எனக்குண்டாயிற்று. அந்த சந்திப்பு 1906ம் வருடமிருக்கலாம். அவர் இந்தியா திரும்பியதும் தீண்டாமையைப் பற்றி போராட்டம் நடத்தினார். 1920ம் வருடம் அவருக்கு ஒரு பகிரங்க கடிதம் எழுதினேன். அதை ஒரு சிறு புத்தக வடிவில் பிரசுரித்தேன். வட்ட மேசை மாநாடு நடந்த போது பல தரம் சந்தித்தேன். ஆனால் தனித்தொகுதியை தாழ்த்தப்பட்டோருக்கு கொடுப்பதற்கு அவர் உயிர் போனாலும் விடமாட்டேன் என்று பிடிவாதமாக வாதம் செய்தார். ஆயினும் தாழ்த்தப்பட்டோருக்கு தனித் தொகுதி கொடுக்கப்பட்டது. இதனால் பூனாவிலுள்ள எராவாடா சிறையில் தாழ்த்தப்பட்டோருக்கு தனித்தொகுதி கொடுக்கக்கூடாதென்று, சாகும் வரை உண்ணா நோன்பை ஏற்றார். நான் அவரை மூன்று முறை சிறைச்சாலைக்கு சென்று சந்தித்தேன். அவர் உடன்படவில்லை. வாதாடி வெற்றி பெறுவதை தவிர்த்து இவர் உண்ணாவிரதமிருப்பருது, வீரத்தன்மையை இழந்து இரக்கத்தைத் தேடுகிறாரே என்பதையுணர்ந்து என் மனமிரங்கி பூனா ஒப்பந்தத்தில் கையொப்பமிட்டேன். அவருக்கு அசரீரி கேட்பதைப் பற்றி அடிக்கடி பிரகடனப்படுத்துவார். அசரீரி வாக்கை

நானும் கேட்டிருக்கின்றேன். பலரும் அப்படி கேட்கும் அருள் பெற்றிருக்கிறார்கள். அதை வெளியில் அறிவித்து பிரகடனப்படுத்தக் கூடாதென்று பத்திரிகை வாயிலாக வெளியிட்டேன். அவர் சென்னை வந்தபோது அவருடன் நான் கலந்துரையாடியதை சிறு புத்தகவடிவில் வெளியிட்டிருக்கிறேன். தாழ்த்தப்பட்டோர் சார்பாக பல லட்சக்கணக்கான பணத்தை வசூலித்து அவர்களின் பிள்ளைகள் கல்விக்காக செலவழித்தார். தீண்டாமையை ஒழிக்க, அவர் 20 வருடங்களாகப் போராட்டம் செய்து வந்தும், சாதி இந்துக்களின் கல் மனத்திலிருந்து நாருரிக்க அவரால் முடியவில்லை. தாழ்த்தப்பட்ட மக்களை ஹரிஜனங்கள் என்று பெயர் சூட்டி இவர் அழைத்து வருகிறார். மேலும் "ஹரிஜனம்" என்று ஒரு பத்திரிகையும் பிரசுரித்து வருகிறார். அவர் மனம்போனபடி ஏதேதோ எழுதிவருகிறார். அவை எதிலும் பெரும்பாலும் தாழ்த்தப்பட்டோர் அபிப்பிராயம் இல்லையென்றே சொல்லலாம். அது (தன்னயதேட்டம்) தான் விரும்பியதைத் தேடி தானே கடைப்பிடிப்பதாகும். அவர் அசரீரிகேட்டறியும் அருள் பெற்ற ஒரு நல்ல ஆத்மா!

என் இல்வாழ்க்கை

நான் கடனுக்காளாகமலிருந்து வருவதும், எதிர்த்து பேசாத என் பிராணேசியின் (உயிர் சிநேகிதி ரங்கநாயகியின்) சாந்த குணமும், சமூகத்திற்காக உழைக்க எனக்கு சாத்தியமாயிருந்தது. இதைச் சென்னை ஓட்டேரி மயானத்தில் அவர் (மனைவியின்) சமாதிக் கல்லில் குறித்திருக்கின்றேன்.

முடிவுரை

நான் பத்திரிகை ஆரம்பித்து பிரசுரித்தபோது வயோதிகமான பெரியோர்கள் என்னை சந்தித்து ஆசீர்வதிக்கும் போது "அப்பா! நீர் விதைத்த விதை புளியம் விதைப்போல் வேரூன்றி பெரும் விருட்சமாகி பலமாய் மோதி அடிக்கும் பெரும்புயல் காற்றுக்கு வளைந்து கொடுத்து, செழித்தோங்கி பயன் தருவது போலாகும். மற்ற விருட்சங்கள் புயல் காற்றை எதிர்த்து வளையாமல் முறிந்து கெடும்" என்றார்கள். கடல் கொந்தளிப்பின் போது, பெரும் அலைகள் ஒன்றன் பின் ஒன்றாக மோதி தாக்குவது போல் இதர சமூகத்தவர்களான சாதி இந்துக்கள் இச்சரித்திரத்தில் கண்ட ஐம்பது வருட காலத்தில் தாக்கியத் தாக்குதல்களுக்கெல்லாம் வளைந்து கொடுத்து வாழ்ந்தனர். அவர்களிடம் வெறுப்பு, விரோதம், தேசத்தில் கலகம் முதலானவைகளுக்கு இடங்கொடாமல் இராஜ விசுவாசிகளாய் கிராமங்களில் குடியானவர்களாக இருக்கும் இச் சமூகத்தார் மண்ணை கிளறி நாட்டு மக்களை போஷித்து உணவளித்து வருவதோடு (விதரணை) விவேகம் தோன்ற, தோன்ற விருத்தி பெற்று வளர்ந்து தேசத்திலுள்ள உரிமைகளில் முக்கியமான வாக்குரிமையின் வலிமையைத் தெரிந்துகொண்டு, தங்கள் கரத்திலிருக்கும் (தாத்துக்கோலோடு) முத்திரைக் கோலைப் பயன்படுத்தி தங்கள் சுய முயற்சியால் செங்கோலுமேந்தி செழித்தோங்குவார்கள். இச்சமூக மக்கள் இனி வருங்காலத்தில் நாட்டிற்கு நல்லதோர் ஊன்றுகோலாக வலிமையுடன் வாழ இறைவன் அருள் புரிவாராக.